# અપરાધિની

અંધારકંકણાની કરમ-કથાઓ



પ્રફુલ શાહ

મુખ્ય પ્રાપ્તિસ્થાન

**નવભારત સાહિત્ય મંદિર**

જૈન દેરાસર પાસે, ગાંધી રોડ, અમદાવાદ - ૩૮૦ ૦૦૧

૨૦૨, પેલિકન હાઉસ, ગુજરાત ચેમ્બર ઑફ કોમર્સના કંપાઉન્ડમાં,
આશ્રમ રોડ, અમદાવાદ - ૩૮૦ ૦૦૯

☎ (૦૭૯) ૨૨૧૩૯૨૫૩, ૨૨૧૩૨૯૨૧
૯૮૨૫૦ ૩૨૩૪૦

e-mail : info@navbharatonline.com
www.navbharatonline.com
fb.com/NavbharatSahityaMandir

**APARADHINEE**
by Praful Shah
NAVBHARAT SAHITYA MANDIR
AHMEDABAD
2023

ISBN No. : 978-93-95339-93-3



**પ્રથમ આવૃત્તિ :** મે, 2023

**લાસ્ટ કવર ફોટો :** કલાશ્રી બર્વે ગાયકવાડ

**પ્રકાશક**
મહેન્દ્ર પી. શાહ
**નવભારત સાહિત્ય મંદિર**
જૈન દેરાસર પાસે, ગાંધી રોડ, અમદાવાદ-૩૮૦૦૦૧
ફોન: (૦૭૯) ૨૨૧૩૯૨૫૩, ૨૨૧૩૨૯૨૧
E-mail : info@navbharatonline.com
Web : www.navbharatonline.com
fb.com/NavbharatSahityaMandir

**મુખપૃષ્ઠ :** વી રામાનુજ
www.vramanuj.com

**મુદ્રક**
**અંબિકા મુદ્રણાલય**
અમદાવાદ

# અર્પણ

પ્રિય મિત્ર અને સંવેદનશીલ પત્રકાર
**વિનીત શુક્લને**

# અંધારકંકણાઓની દુનિયામાં ડોકિયું

બદલાતા સમય સાથે દુનિયા, દેશ, સમાજ, સંસ્કાર, પરંપરા, સ્વભાવ, વર્તન, ભાવ-પ્રતિભાવ અને પ્રાથમિકતામાં પરિવર્તન આવે જ. એ બધામાં ઝિલાય, પુરુષની સાથોસાથ સ્ત્રીમાંય.

જે કર ઝુલાવે પારણું, પતિ મારો પરમેશ્વર, અખંડ સૌભાગ્યવતી સ્વર્ગે સિધાવવું, ભાયડો તો ક્યારેક હાથ ઉપાડેય ખરો, સ્ત્રીએ ઉંબરા બહાર પગ ન મુકાય જેવી ઉક્તિઓ હવે વજન, મહત્ત્વ ગુમાવી બેઠી છે. આમાં જ 'અપરાધિની–અંધારકંકણાની કરમ-કથાઓ'નું બીજ છે. વધતા શિક્ષણને પગલે આવતી આર્થિક સ્વતંત્રતા, વધતી સમજ-જાગૃતિ અને ઘટતી ધીરજ-સહનશીલતાએ ક્યારેક ખોટી રીતે અબળા ગણાતી નારીને સબળા તો બનાવી, પણ કમનસીબે ક્યાંક-ક્યારેક અપરાધ ભણીય વાળી છે.

નાજુક-નમણી નારીએ શસ્ત્રો ઉપાડ્યાં હોય એ નવી નવાઈની વાત નથી. ઇતિહાસ ફંફોળો તો રાણી લક્ષ્મીબાઈથી લઈને મહારાણી નાયિકાદેવી, રાણી અવંતિકા, રાણી વેલુ નાચિયાર, મહારાણી રુદ્રમ્માદેવી, બેલાવાડી માલમ્મા, ઝલકીબાઈ કોરી, રાણી કલેડી ચેનમ્મા જેવાં અગણિત અદ્‌ભુત વ્યક્તિત્વ સામે આવે. આ બધાં નામે રાજકીય સંઘર્ષમાં હથિયાર ઉઠાવ્યાં હતાં.

અહીં 'અપરાધિની'માં ક્યાંક સામાજિક, કૌટુંબિક અને પારિવારિક દમન સામે હિંસક આક્રોશ છે, ક્યાંક આદતવશ હિંસા છે, તો ક્યાંક માનસિક બીમારીને લીધે થયેલો રક્તપાત છે. ભારતમાં મહિલા અપરાધીના ઉલ્લેખ સાથે પહેલું નામ સાંભરે ફુલનદેવીનું, પરંતુ એક ગામડિયણ અશિક્ષિતા આટલી ભયંકર પાશવતા પર કેમ ઊતરી આવી? આ સવાલોમાં ઊંડા ઊતરવાનો આ પુસ્તકમાં પ્રયાસ કરાયો છે.

નારીના વધતા અપરાધીકરણ પર ઘણા અભ્યાસ હાથ ધરાય છે. કોઈકને

આમાં પિતૃસત્તાકના દમનનો વિરોધ દેખાય છે. એક હકીકત એકદમ મોટા અક્ષરમાં લખીને નીચે લાલ અક્ષરે ઘાટ્ટી લાઇન દોરવાની કે બંધારણે સ્ત્રીને પુરુષ જેટલી જ સમાનતા બક્ષી છે, તો પછી સમાજ કે પુરુષ એ સમાનતા પોતાના વર્તન, સ્વભાવ અને વાણીમાં અપનાવી-સ્વીકારી કેમ શકતો નથી? તો નારીનું અપરાધીકરણ એ પિતૃસત્તાક સમાજવ્યવસ્થા સામેનો આક્રોશ માત્ર છે?

અલબત્ત, પુરુષોની સરખામણીમાં સ્ત્રી અપરાધીઓ ઘણાં ઓછાં છે, કહી શકાય કે નહીંવત્ છે. આંકડાશાસ્ત્રીઓ મુજબ તો બંને જેન્ડરની લગભગ સમાન વસતિ વચ્ચે ધરપકડ થયેલાઓની સંખ્યામાં 85 ટકા પુરુષ છે. કેદીઓમાંય 95 ટકા નર જાતિ છે. આ આંકડાથી સંતોષ માનવાને બદલે આને શરૂઆત ગણીને ચેતી જવાની જરૂર છે. નારીની સ્વસ્થતા, પ્રસન્નતા, સમાનતા અને સંતોષ સમગ્ર સમાજના હિતમાં છે.

'મુંબઈ સમાચાર'માં કરેલા પત્રકારત્વે મને અઢળક તક આપી અને એમાંની એક એટલે પાંચેક વર્ષ ચાલેલી કટાર 'રિયલ ક્રાઇમ સ્ટોરી'. 200 વર્ષની પ્રતિષ્ઠા ધરાવતા ઐતિહાસિક અખબાર 'મુંબઈ સમાચાર'ની કૉલમ 'રિયલ ક્રાઇમ સ્ટોરી'ના અમુક લેખો આ પુસ્તકમાં છે. આ તબક્કે એના પ્રેમાળ વાચકો અને તંત્રી મિત્ર નિલેશ દવેનો આભાર માનવાનું કેમ ચુકાય? આ પુસ્તકમાં શીર્ષક માટેની મથામણમાંથી માર્ગ બતાવવા બદલ ખાસ મિત્ર અને પીઢ પત્રકાર વિનીત શુક્લને દિલથી ધન્યવાદ. અમારી ચાર દાયકાની દોસ્તીને ઊજવવા માટે આ પુસ્તક વિનીત શુક્લને અર્પણ.

મારામાં સતત વિશ્વાસ મૂકીને એક પછી એક પુસ્તક વાચકો સુધી પહોંચાડવા બદલ નવભારત સાહિત્ય મંદિર (અમદાવાદ) અને તેની સમગ્ર ટીમ તથા સવિશેષ મુરબ્બી મહેન્દ્રભાઈ શાહ, રોનકભાઈ શાહ અને કુણાલભાઈ શાહને થેન્ક્યુ, થેન્ક્યુ, થેન્ક્યુ.

મારી સૌથી મોટી તાકાત સમાન વાચકોને નતમસ્તક પ્રણામ.

**પ્રફુલ શાહ**

મો. 9869600200

Email : prafulshah1@gmail.com

# અનુક્રમ

# લેખક-પરિચય

**પ્રફુલ શાહ :** મૂળ રાજવી કવિ કલાપીના ગામ લાઠીના વતની. ચાર દાયકાથી મુંબઈનાં ગુજરાતી પત્રકારત્વ આલમમાં સક્રિય પ્રફુલ શાહ હજારો લેખ અને કેટલીય લોકપ્રિય કૉલમ લખી ચૂક્યા છે. 'જન્મભૂમિ', 'ગુજરાત સમાચાર', 'મિડ-ડે' અને 'સમાતંર પ્રવાહ' જેવાં નામાંકિત અખબારોમાં મહત્ત્વપૂર્ણ જવાબદારી સફળતાથી નિભાવી છે. એશિયાના બે દાયકા જૂના ઐતિહાસિક અખબાર 'મુંબઈ સમાચાર'માંથી નિવૃત્ત થયા. હવે ફુલટાઇમ પુસ્તક ઉપરાંત ફિલ્મ-વેબ શો લેખનમાં પ્રવૃત્ત. અત્યારે 'મુંબઈ સમાચાર'માં 'વિશ્વના વીર યોદ્ધા' તથા 'ગુજરાતનો જલિયાવાલાં બાગ કાંડ' અને 'દિવ્ય ભાસ્કર'માં 'ક્રાઇમ ઝોન' નામક કૉલમ લખે છે. સાથોસાથ સિનેમાના ઊંડા અભ્યાસી. આસપાસના સાચુકલા માનવીની જીવતી-જાગતી પ્રેરણાદાયક વાતોને ઊંડા સંશોધન અને રસપ્રદ શૈલીમાં રજૂઆત એ એમની વિશેષતા છે.

૨૦૧૯ના ઑગસ્ટમાં તેમના નામે અનોખો વિક્રમ નોંધાયો : માત્ર ૧૫ દિવસમાં તેમની સંકલ્પના અને સંશોધનવાળી બબ્બે વેબ મૂવી 'બારોટ હાઉસ' અને 'પોષમ પા' Zee-5 પર રિલીઝ થઈ. કોઈ ગુજરાતી તો, ઠીક ભારતીય લેખક કે પત્રકાર આવું સિદ્ધ કરી શક્યા નથી. પાંચ આંતરરાષ્ટ્રીય ફિલ્મ ફેસ્ટિવલ અટેન્ડ કરી ચૂકેલા પ્રફુલભાઈએ 'અજબ ગજબ કસબ' અને 'એક પટરાણી, એક ખટપટરાણી' નામના નાટક લખ્યાં છે.

ટીવી સિરિયલમાં 'સ્વપ્ન કિનારે', (ગુજરાતી-૧૦૦ જેટલા એપિસોડ), જીવન-જ્યોતિ (૧૩ એપિસોડ) અને 'રજની' સહિતની કેટલીક સિરિયલમાં લેખન કર્યું છે. છોગામાં 'ધ વ્હાઇટ લૅન્ડ' (ગુજરાતના નાના રણના અગરિયાઓની વેદના-સંઘર્ષ પર આધારિત કથાનક), 'ફાધર્સ ડે' (નવલકથા પર આધારિત) અને ગુરખા સૈનિક વિષ્ણુ પ્રસાદ શ્રેષ્ઠ પર બાયોપિક ફિલ્મમાં એમની કલમની કમાલ છે.

# પ્રફુલ શાહનાં પુસ્તકો

* 'દશ્યમ્-અદશ્યમ્' (નવલકથા – દૈનિક અખબારમાં ધારાવાહિક, ગુજરાતી, હિન્દી અને અંગ્રેજીમાં)
* 'ફાધર્સ ડે' (અંગ્રેજી-હિન્દી)
* 'યુદ્ધ કેસરી' (મહારાષ્ટ્ર રાજ્ય ગુજરાતી સાહિત્ય અકાદમી પુરસ્કાર)
* 'સરનામાં ઝિંદાદિલીનાં' (પ્રેરક વ્યક્તિત્વ)
* 'અગ્નિજા' (ડૉક્યુ-નોવેલ)
* 'ઇતિહાસ પાછળનો ઇતિહાસ'
* 'દાદલો' (નવલકથા – દૈનિક અખબારમાં ધારાવાહિક, ગુજરાતી અને અંગ્રેજીમાં)
* 'બ્રેકિંગ ન્યૂઝ' (નવલકથા – ગુજરાતી-અંગ્રેજી-હિન્દીમાં)
* 'ગૉલ્ડફિશ' (નવલકથા – ગુજરાતી-હિન્દી-અંગ્રેજીમાં)
* 'લાઇફ IM પૉસિબલ' (ડૉક્યુ-નોવલ – ગુજરાતી, અંગ્રેજી, હિન્દી અને મરાઠી)
* 'ડિયર કુકુ' (સસ્પેન્સ નવલકથા – ગુજરાતી અને અંગ્રેજીમાં)
* 'ફાઈલ-K' (સસ્પેન્સ નવલકથા – ગુજરાતી, મરાઠી અને અંગ્રેજીમાં)
* 'વીજળી અને ટાઇટેનિક' (બે ભયંકર દરિયાઈ કરુણાંતિકાની અભ્યાસપૂર્ણ છણાવટ)
* 'ગ્રેટ રોબરી' (સત્ય અને લૂંટ કથાઓ)
* 'સ...સ... સિરિયલ કિલર્સ'
* 'અપરાધિની'

## ૧

# રૂપમ પાઠક : વિધાનસભ્યની બંગલોમાં ધોળે દિવસે હત્યા

**દિવસ** ૨૦૧૧ની ચોથી જાન્યુઆરી. સમય સવારના નવ વાગ્યાનો. સ્થળ બિહારના પૂર્ણિયામાં ચુનારપુર રોડ. અહીંના એક પ્રાચીન છતાં ભવ્ય હવેલી જેવા બંગલોની લૉનમાં એક બેઠક ચાલતી હતી. કહો કે એક વગદાર માણસ પોતાના દશેક અનુયાયીઓને માર્ગદર્શન-સૂચના આપી રહ્યો હતો. લગભગ ચાલીસ વર્ષથી મોટી ઉંમરની એક મહિલા ધીમા પગલે આવી અને નેતાજીની સામેની ખુરશી પર બેસી ગઈ. ત્રણેક મિનિટ બાદ મહિલાએ નેતાજી સાથે ધીમા અવાજે ગુસપુસ કરી કે મારે આપની સાથે એકાંતમાં વાત કરવી છે.

બંને ઊભા થયાં અને ૧૫-૨૦ મીટર દૂર મુકાયેલી ખુરશી તરફ ગયાં. સમર્થકોનું ટોળું આ જોઈ રહ્યું. અનુયાયીઓમાં નારાજગી સ્પષ્ટ હતી, મુખર હતી, પણ ગણગણાટ કર્યા સિવાય બીજું કંઈ થઈ શકે એમ નહોતું. કંઈ બોલ શકવાની હિંમત તો નહોતી જ કોઈમાં. આવા અણધાર્યા, વણનોતર્યા અને અનિચ્છનીય પરોણા જલદી રવાના થાય એવું સૌ ઇચ્છતા હતા. બધા બડબડાટ સાથે ઘડિયાળ પર નજર કરવા સાથે બંને ભણી જોઈ રહ્યા હતા.

ત્રણેક મિનિટની વાતચીત પછી આ મહિલા ઊભી થઈ એટલે બધાએ હાશકારો અનુભવ્યો, પરંતુ અચાનક આ મહિલાએ પોતાની લાલ અને કાળી પટ્ટીવાળી શાલમાં છુપાવી રાખેલી ૩૬ ઇંચ લાંબી છરી કાઢી. હુમલાથી બચવા નેતાજી નીચા નમી ગયા તો મહિલાએ પીઠમાં છરી ભોંકી દીધી અને છ ઇંચ ઊંડો ઘા મારી દીધો. આ મહિલાએ ફરી હુમલો કરવાનો પ્રયાસ કર્યો ત્યારે નેતાજીના બોડીગાર્ડ ધસી આવ્યા. ગાર્ડને પણ હાથમાં છરી વાગી. નેતાજીની બરોળ ચિરાઈ ગઈ અને લોહી નીતરતી અવસ્થામાં તેમને મારતી ગાડીએ હૉસ્પિટલ લઈ જવાયા. ઉશ્કેરાયેલા સમર્થકોએ મહિલાની બરાબરની ધુલાઈ કરી. સદર

હૉસ્પિટલ પહોંચવા અગાઉ નેતાજીનું પ્રાણપંખેરું અનેક અનુત્તર સવાલો લઈને ઊડી ગયું, હુમલાખોર મહિલાને પણ હૉસ્પિટલ પહોંચાડાઈ અને ત્યાં શારીરિક ઈજાઓની સારવાર શરૂ થઈ, પણ મનની ઈજાઓનું શું?

*

આ ધોળા દિવસના સનસની મચાવતા હુમલાના બે મુખ્ય પાત્ર હતાં રાજકિશોર કેસરી અને રૂપમ પાઠક. રાજકિશોર કેસરી સ્થાનિક શક્તિશાળી નેતા અને ભાજપા વિધાનસભ્ય હતા, તો રૂપમ પાઠક હતાં સિપાહી તોલા વિસ્તારમાં આવેલી પૂર્ણિમા પબ્લિક સ્કૂલના પ્રિન્સિપાલ.

જનતા અને ખાસ તો મીડિયા માટે તો બરાબરનું જોણું થયું. એવું તે શું બન્યું કે એક સ્કૂલની મહિલા પ્રિન્સિપાલે ધોળા દિવસે શાસક યુતિના વિધાનસભ્યના બંગલોની અંદર જઈને હુમલો કરવો પડ્યો અને નેતાજી રાજકિશોર કેસરીએ જીવ ગુમાવવો પડ્યો? બિહારના અપરાધગ્રસ્ત રાજકારણ માટે પણ આ ખૂબ મોટો આંચકો હતો. ૨૦૧૧માં ભાજપ પણ નીતિશકુમારની સરકારમાં ભાગીદાર હતો. એટલું જ નહીં, ભગવા પક્ષના સિનિયર નેતા સુશીલકુમાર મોદી નાયબ મુખ્ય પ્રધાન હોદ્દા પર બિરાજમાન હતા. એટલે શાસક યુતિના વિધાનસભ્યની ધોળે દિવસે એના જ ઘરની અંદર, સમર્થકોની નજર સમક્ષ એક મહિલા દ્વારા કરાયેલી કરપીણ હત્યા નાનીસૂની બિના નહોતી.

રાજકિશોર કેસરીના મર્ડર કેસમાં પોલીસને એક વાતની મોટી નિરાંત હતી કે ખૂની પકડવાની જહેમત ઉઠાવવાની નહોતી. સાક્ષીઓ અને પુરાવા શોધવાના નહોતા. આરોપી, સાક્ષી અને પુરાવા જાણે સામેથી ઊડીને પોલીસના ટેબલ પર આવીને ગોઠવાઈ ગયા હતા, છતાં એક સવાલોનું બંડલ પોલીસની વર્દી, આબરૂ, શાંતિ અને ઊંઘના ફુરચેફુરચા ઉડાડી નાખવા માટે પર્યાપ્ત હતા.

રાજકિશોર કેસરીએ એવું તે શું કર્યું કે એમના પર જીવલેણ હુમલો થયો? એક મહિલા, એ પાછી ભણેલીગણેલી અને સ્કૂલની પ્રિન્સિપાલ જેવી જવાબદાર વ્યક્તિએ કયા કારણસર આવું ગુનાહિત તેમજ આત્મઘાતક પગલું ભરવું પડ્યું? સંજોગો એવા તે કેવા ભયંકર હતા અને રૂપમ માટે એવી તે કેવી લાચારી હતી કે આવો અંતિમવાદી વિકલ્પ અપનાવવાની ફરજ પડી? રૂપમ પાઠકમાં કેવો ભયંકર રોષ હશે કે કેસરીની બરોળ ફાટી ગઈ, ધમનીને નુકસાન થયું અને વધુ પડતા રક્તસ્રાવને લીધે જીવ પણ ગયો.

આ સીધુંસાદું ખૂન કે કોઈ પરચૂરણ ગુંડાની હત્યા નહોતી. ભારે દબાણ,

દોરીસંચાર અને આક્ષેપબાજી શરૂ થઈ ગયાં. વાતને આડે પાટે ચડાવવાની અને કોઈને છાવરવાની, તો કોઈકને ભેરવી દેવાની ચેષ્ટાઓ મોટા પ્રમાણમાં શરૂ થઈ ગઈ. આ પોલિટિકલ મર્ડરમાં મરનારો મરી ગયો, પકડાનારી પકડાઈ ગઈ પણ... પણ ઘણા એમાં સીધી કે આડકતરી સંડોવણી ધરાવતાં મોટાં માથાં જીવતાં હતાં. સત્તાનશીન હતાં અને તેમણે આબરૂ, ઇમેજ અને સત્તા બચાવવાની હતી.

આ મર્ડર વખતે રાજકિશોર કેસરીની ઉંમર ૫૩ વર્ષની, રૂપમ પાઠક હતા ૪૩ વર્ષનાં. કેસરી રાજકીય આગેવાન હતા અને રૂપમ શિક્ષણક્ષેત્રે સક્રિય હતા. આથી બંનેનું મળવું કે એકમેક માટે કંઈક કરવું એકદમ સ્વાભાવિક ગણાય. આ બંને પહેલી વખત ૨૦૦૬માં મળ્યાં હતાં. ત્યારે રૂપમ પાઠકે પોતાની સ્કૂલ સુધી પાકો રસ્તો બાંધી આપવાની કેસરીને વિનંતી કરી હતી. પરંતુ પછી સંબંધમાં ન જાણે શું અને કેવા આરોહ-અવરોહ આવ્યા કે ૨૦૧૦ના મે મહિનામાં રૂપમ પાઠકે રાજકિશોર કેસરી અને એના સહાયક બિપીન રાય વિરુદ્ધ પોલીસ ફરિયાદ નોંધાવી. પોલીસ સ્ટેશનમાં વિધાનસભ્ય વિરુદ્ધમાં કરાયેલી ફરિયાદ જાતીય સતામણીની હતી. છેલ્લાં ત્રણ-ત્રણ વર્ષથી પોતાની જાતીય સતામણી થતી હોવાની રાવ રૂપમે કરી હતી. રાબેતા મુજબ આ ફરિયાદને રાજકીય કિન્નાખોરીમાં ખપાવી દેવાઈ. પોલીસ અને રાજકીય વ્યવસ્થાએ આ એક મોટા ગજાના નેતા સામેના અત્યંત ગંભીર અને ઘૃણાસ્પદ આરોપની તપાસ કરવાની કોઈ ખેવના ન દર્શાવી.

સનસનાટીભરી હત્યા બાદ પૂર્ણિયાના ઘણા પ્રજાજનો અને પત્રકારો સવાલ કરવા માંડ્યા : રૂપમ પાઠક દોષી છે કે દેવી? કબૂલ કે રૂપમે કાયદો હાથમાં લીધો. પોતે જ ન્યાયાધીશની ખુરશીમાં બેસી ગઈ, પરંતુ મૂળભૂત સ્વભાવે શાંત, સૌમ્ય, મૃદુ, સંતુલિત અને સહનશીલ ગણાતી મહિલાએ અચાનક રુદ્રાવતાર કેમ ધારણ કર્યો?

રાજ્યભરને રાજકીય આંચકા આપનારો આ મર્ડર કેસ ઝડપથી શાંત પડવાનો નહોતો. મામલાની ગંભીરતા બરાબર સમજીને તત્કાલીન મુખ્ય પ્રધાન નીતિશકુમારે ઉચ્ચસ્તરીય તપાસ યોજવાનો રાજ્યના પોલીસ વડાને આદેશ આપી દીધો. હકીકતમાં તો સ્પષ્ટ શબ્દોમાં એક વિધાનસભ્ય પર બળાત્કારનો આરોપ મૂકનારી મહિલાએ જ ખૂન કર્યું, પણ શા માટે? કયા સંજોગોમાં?

આ દેશમાં જેસિકા લાલ, પ્રિયદર્શિની મટ્ટુ, આરુષિ અને નિર્ભયા જેવા ઘટનાક્રમોમાં થકવી નાખનારી ન્યાયપ્રક્રિયા વચ્ચે રૂપમ પાઠક જેવી મહિલા આજની નારીઓના આદર્શ તરીકે તો ઊપસી હતી.

બિહારના પૂર્ણિયામાં ગજબનો નજારો હતો. ચોમેરથી એક કોરસ સંભળાતો

હતો : ન્યાય, ન્યાય... અમને ન્યાય જોઈએ છે. ભાજપના વિધાનસભ્ય રાજકિશોર કેસરીની ચિતાની આગ પૂરેપૂરી ઠરે એ પહેલાં જ ન્યાય માટેની બૂમાબૂમ સંભળાવા માંડી હતી. કેસરીની વિધવા અને બાળકો ભાવશૂન્ય આંખે ખરખરો કરનારા સૌને જાણે પૂછી રહ્યાં હતાં : અમારો અપરાધ શું? અમને ન્યાય જોઈએ છે. રૂપમ પાઠકની વયોવૃદ્ધ માતા પોતાની 'બિચારી પીડિત પુત્રી'ને ન્યાય અપાવવા માટે રસ્તા પર ઊતરી પડી.

આ બધાથી સ્તબ્ધ થઈ ગયેલી પૂર્ણિયાની આમજનતા તો સચ્ચાઈ, ષડયંત્ર અને શોષણની આક્ષેપબાજીમાં ગૂંચવાઈ ગઈ હતી. સાચું કોણ? ખોટું કોણ? અને કોનો કરવો વિશ્વાસ? ચાર-ચાર મુદતથી પોતે કેસરીને વિધાનસભ્ય બનાવીને ભૂલ કરી હતી? રૂપમ પાઠક શિક્ષિકા અને પ્રિન્સિપાલ માટેના સન્માનની હકદાર નથી, તો એની સ્કૂલમાં આપણાં સંતાનો પામશે શું?

મર્ડર કેસનો ગરમાવો અને ઉશ્કેરાટ કંઈક અંશે શાંત પડ્યા બાદ વાત બહાર આવી બળાત્કારની ફરિયાદની. રૂપમે છેલ્લાં ત્રણ વર્ષથી રાજકિશોર અને તેમનો સાથી બિપીન રાય પોતાની જાતીય સતામણી કરતા હોવાની ફરિયાદ ૨૦૧૦ની ૧૮મી એપ્રિલે નોંધાવી હતી, પરંતુ ૧૮મી જૂને જ્યુડિશિયલ મૅજિસ્ટ્રેટ સમક્ષ તેણે આ આરોપો પાછા ખેંચી લીધા. પોલીસે સાતમી સપ્ટેમ્બરે અદાલતમાં આ મામલામાં ફાઇનલ રિપોર્ટ સુપરત કરી દીધો, પરંતુ રૂપમ પાઠકે ફરી ગુલાંટ મારીને પોલીસના આ ફાઇનલ રિપોર્ટને પડકારતી અરજી અદાલતમાં કરી હતી.

આ સાથે જ રૂપમ પાઠકના ચરિત્ર વિશે પણ મીડિયામાં અટકળો શરૂ થઈ ગઈ. ખુદ નાયબ મુખ્ય પ્રધાન સુશીલકુમાર મોદીએ નિવેદન કર્યું કે, આ બાઈ તો બ્લેકમેઈલર છે. આથી વિપરીત પોલીસે જાહેર કર્યું કે રૂપમ બ્લેકમેઈલ કરતી હોવાના એકેય પુરાવા મળ્યા નથી. આની સાથે રૂપમ પાઠકના અંગત જીવનની સાચી-ખોટી વાતો પણ મીડિયામાં અપાવા માંડી. બે બાળકોની માતા રૂપમ અને એના પતિ અગાઉ મણિપુરની શાળામાં શિક્ષક હતા. પૂર્ણિયા આવ્યા બાદ અગમ્ય કારણોસર રૂપમના પતિએ તેને ત્યજી દીધી હતી અને તે ફરી મણિપુર જઈને નોકરીમાં જોડાઈ ગયો હતો. ભૂતકાળમાં રૂપમે પોતાના શ્વસુર અને દિયર સામે પણ જાતીય સતામણીની ફરિયાદ કર્યાનું બહાર આવ્યું.

કટિહાર મેડિકલ કૉલેજમાં સારવાર લેતી રૂપમ પાઠક જાણતી નહોતી કે રાજકિશોર કેસરી મરી ચૂક્યા છે. આથી રૂપમની એક જ રટણ હતી : 'તે રાક્ષસ છે રાક્ષસ... મરવાનો ઢોંગ કરતો હતો.'

રાજકિશોર કેસરી મર્ડર કેસ બિહારના રાજકારણમાં અને વિધાનસભામાં ખૂબ

ગાજ્યો. વિપક્ષોએ તટસ્થ તપાસની માગણીથી ગૃહ ગજાવી નાખ્યું. મુખ્ય પ્રધાન નીતિશકુમારે વાતને વધુ વણસતી રોકવા માટે હત્યાની તપાસ સી.બી.આઈ.ને સોંપવાની જાહેરાત કરવી પડી, પરંતુ આ જાહેરાત પહેલાં મર્ડર કેસમાં અવનવા આંચકા આવતા રહ્યા.

પોલીસે આ મામલામાં સ્થાનિક અંગ્રેજી ટૅબ્લોઈડ સાપ્તાહિક 'ક્વિસલિંગ'ના તંત્રી નવલેશ પાઠકની ધરપકડ કરી. 'ક્વિસલિંગ' કેવું વિચિત્ર નામ અને તેનો અર્થ શો? હકીકતમાં ક્વિસલિંગ નૉર્વેનો લશ્કરી અધિકારી હતો અને બીજા વિશ્વયુદ્ધ દરમિયાન નાઝીઓ સાથે હાથ મિલાવીને દેશદ્રોહ કર્યો હતો. સ્થાનિક પત્રકારોના મત મુજબ સાપ્તાહિકના વિવાદાસ્પદ સ્વરૂપને લીધે આ નામ રખાયું હોઈ શકે. નવલેશે ૨૦૧૦ના જાન્યુઆરીથી આ મૅગેઝિનના પાંચથી છ અંક કાઢ્યા અને બધામાં વિવાદાસ્પદ મસાલો ઠાંસીઠાંસીને ભરાયો હતો, પરંતુ આગળ જતાં આર્થિક તકલીફને લીધે મૅગેઝિન અનિયતકાલીન થઈ ગયું.

આ મુશ્કેલીના ગાળામાં જ નવલેશ પાઠકને રૂપમ પાઠકને મળવાનું થયું. હકીકતમાં રૂપમે વિધાનસભ્ય રાજકિશોર કેસરી સામે કરેલી બળાત્કારની ફરિયાદની સ્ટોરી સૌપ્રથમ નવલેશના 'ક્વિલસિંગ'માં જ પ્રગટ થઈ હતી. વાતો તો એવી પણ ઊડી કે નવલેશે જ રૂપમ વતી રાજકિશોર સાથે સોદાબાજી માટે પણ પ્રયાસ કર્યા હતા, પરંતુ આ વાતને ન કોઈ સમર્થન મળ્યું કે નથી કોઈ પુરાવા-સાબિતી.

મર્ડર સમયે ૪૫ વર્ષના નવલેશની કારકિર્દી પણ રસપ્રદ છે. પિતા ડિસ્ટ્રિક્ટ અને સેશન્સ જજ. ભાગલપુરની તિલકા માંઝી યુનિવર્સિટીમાંથી અનુસ્નાતક થયા બાદ નવલેશે શક્ય બધી સ્પર્ધાત્મક પરીક્ષા આપી : સિવિલ સર્વિસીસની હોય કે ડિફેન્સની, નવલેશ પાસ ન જ થયો. છેવટે ૧૯૯૭માં પૂર્ણિયામાં પત્રકાર તરીકે કારકિર્દી શરૂ કરી, એક રાષ્ટ્રીય અંગ્રેજી દૈનિકના પત્રકાર તરીકે પણ છ મહિનામાં ગડગડિયું મળી ગયું. પછી એ હૈદરાબાદ રહેવા ગયો અને ખાનગી કંપનીમાં કામ કર્યું.

રૂપમ પાઠક સાથે નવલેશના નિકટના સંબંધના ઘણા પુરાવા પોલીસે શોધી કાઢ્યા. નવલેશે પોતાની પુત્રીને રૂપમની સ્કૂલમાં દાખલ કરી. પછી પત્ની રમાને પણ મહિનાના બે હજાર રૂપિયાના પગારે એ જ સ્કૂલમાં નોકરીએ લગાડી દીધી. પરંતુ કોઈક કારણસર થોડા મહિના બાદ શ્રીમતી રમા નવલેશ પાઠકે આ નોકરી છોડી દીધી.

૨૦૧૦માં નવલેશ પૂર્ણિયા છોડીને નજીકમાં જ આવેલા પોતાના વતનના ગામ ભાતોટમાં રહેવા ગયો, પણ રૂપમ સાથે સતત સંપર્કમાં રહ્યો. સ્થાનિક

પત્રકારોના કહેવા મુજબ રૂપમ પાઠક સાથેના સંબંધની નવલેશે આકરી કિંમત ચૂકવવી પડી. પોલીસના દાવા મુજબ બળાત્કારની ફરિયાદ પાછી ખેંચ્યા બાદ પોલીસના ફાઇનલ રિપોર્ટને રૂપમે પડકાર્યો, એની પાછળ પણ પોતાની જ સમજાવટ હોવાનું ખુદ નવલેશે કબૂલ કર્યું હતું.

રાજકિશોર કેસરીની હત્યાની આગલી રાતે નવલેશે રૂપમ સાથે મોબાઇલ પર લાંબી વાત કરી હતી. ૨૦૧૦ના નવેમ્બર અને હત્યા વચ્ચે નવલેશે ૧૩૧ વખત રૂપમને ફોન કર્યા હતા. ખૂનના એકાદ અઠવાડિયા અગાઉ રૂપમ સ્કૂલની જ મારુતિ વાન લઈને નવલેશને મળવા તેના ગામ ગઈ હતી. પોતાના ડૂબતા ટૅબ્લોઈડને જીવતું રાખવા માટે નવલેશે અનેક વખત રાજકિશોર કેસરીની મદદ માગી હતી એવો પોલીસનો દાવો હતો.

અંતે આઈ.પી.સી.ની કલમ ૧૨૦-બી (કાવતરું ઘડવું) અને ૧૦૯ (અપરાધને પ્રોત્સાહન આપવા) હેઠળ નવલેશ પાઠકની ધરપકડ થઈ. રૂપમ સાથે નવલેશ વિરુદ્ધ પણ ફરિયાદ નોંધાવનારા કેસરીના ભત્રીજા સુદીપ કેસરીના દાવા મુજબ રાજકિશોરના અંતિમ શબ્દો હતા : 'નવલેશ પાઠકને મરવા દિયા.'

નવલેશની ધરપકડ બાદ તેની પત્ની રમાએ કરેલા ધડાકાથી આ મર્ડર કેસમાં એક નવો વળાંક આવ્યો. રમા પાઠકે દાવો કર્યો કે રાજકિશોર કેસરીની નજર રૂપમની ૧૭ વર્ષની પુત્રી પર હતી અને તેને હેરાન પણ કરતા હતા. અખબારી અહેવાલ મુજબ તો રૂપમની દીકરીને પટણામાં મોટા માથા પાસે મોકલવાની પેરવી થઈ રહી હતી. પોતાની કિશોર વયની પુત્રીને બચાવવા માટે જ રૂપમ પાઠકે આ આકરું પગલું ભર્યાનું પૂર્ણિયામાં ચર્ચાતું હતું, પરતું પોલીસે તરત જ વાત પર પડદો પાડી દીધો કે આ આક્ષેપમાં લેશમાત્ર દમ નથી. ખુદ રૂપમ પાઠકે પોલીસને વિનવણી કરી કે પ્લીઝ મારા સંતાનોને આ મામલાથી દૂર જ રાખો. નવલેશની ધર્મપત્ની રીમા પાઠકે એક ટીવી ચૅનલને ઇન્ટરવ્યૂમાં કહ્યું હતું કે, રૂપમ પર જોખમ ઝળૂંબતું હતું. તેના ઘર પર હુમલો થયો હતો. તેના દીકરાને મારી નાખવાની અને દીકરીનું અપહરણ કરવાની ધમકી અપાઈ હતી. આથી રૂપમે બંને સંતાનને પોતાના પિતા પાસે ઈમ્ફાલ મોકલી દીધા હતા.

આ સાથે જ જેલમાં પોતાના પતિ નવલેશનો જીવ જોખમમાં હોવાનો ભય પણ રમાએ વ્યક્ત કર્યો હતો. આ મામલામાં ઘણા શક્તિશાળી માણસોની સંડોવણી હોવાનું પણ રમાએ ખુલ્લેઆમ જાહેર કર્યું હતું.

હિન્દીમાં ડૉક્ટરેટ કરનારી અને ૮૦૦ બાળકોવાળી સ્કૂલ ચલાવનારી રૂપમ પાઠકને ૨૦૧૨માં એપ્રિલમાં પટણાની સીબીઆઈ કોર્ટે જન્મટીપની સજા કરી. રૂપમની માતા કુમુદે તો વધૂ કાનૂની લડાઈ માટે તત્પરતા બતાવી હતી.

વિધાનસભ્ય રાજકિશોર કેસરી હત્યાકાંડ વિશે પોલીસ, પ્રેસ અને અદાલતે જે કંઈ કર્યું, જે કંઈ કહ્યું એ; પણ જનતાનો મિજાજ એનાથી વિરોધાભાસી હતો. સોશ્યલ નેટવર્ક પર એક સંજીવ સિંહે કહ્યું : હું રૂપમ બદલ ગર્વ અનુભવું છું, કારણ કે એક એનામાં ખોટા કામ સામે કંઈક કરવાની હિંમત છે. ફાયદા વગર જાહેરમાં સૌની સામે કોઈ એક વ્યક્તિની હત્યા શા માટે કરે? એ તો જેલમાં પણ ચીસાચીસ કરી રહી છે કે મને ફાંસી આપો ફાંસી. એ આપઘાત ન કરી લે એ બીકે પોલીસ એને સાંકળથી બાંધી રાખે છે. બેંગલુરુના અનિલે કહ્યું કે, પબ્લિક જાગ રહી હૈ. બ્રિટનના આશુતોષકુમારે કહ્યું કે, હું રૂપમના પગલાની પ્રશંસા કરું છું. આપણા સમાજમાં ભયંકર અવ્યવસ્થા સામે તેણે વ્હીસલ વગાડી છે. પટણાની આશાએ રૂપમની માફી માગી કે સૉરી, અમે આવા નેતાને ચૂંટતા રહ્યાં. મુઝફ્ફરપુરના હૈદરે કહ્યું કે, શાબાશ, ઐસે લફંગે ઔર દબંગ લોગોં કા ફૈંસલા પબ્લિક હી કરેગી.

રૂપમ પાઠકનું પગલું અને એને પ્રજાકીય સમર્થન એ નેતાઓ અને વ્યવસાયમાંથી લોકોના ઊડી રહેલા વિશ્વાસની સાઇરન નથી?

*

૨

# અક્કુ યાદવ : જંગલરાજમાં નારી બની જ્વાલામુખી

ઉષા નારાયણે એટલે જોશ, ઉત્સાહ, સપનાં અને ઉજ્જવળ ભાવિની આશાનો સરવાળો. નાગપુરના કસ્તૂરબાનગર વિસ્તારમાં ઉષા અસાધારણ ગણાય. દલિત વર્ગમાં જન્મેલી ઉષા પોતાની સામાજિક અને આર્થિક વિટંબણા-વિઘ્નોથી જરાય ડરી નહીં. આ ઝૂંપડપટ્ટી વિસ્તારમાં મોટાભાગના માટે જીવનની પાયાની સવલતો દુર્લભ હતી. રોજગાર, ઘર, ખાધાખોરાકી અને દવા-સારવારના ફાંફાં હોય ત્યાં ભણવાનું સાહ્યબી ગણાય. આ શિક્ષણની લક્ઝરી મોટાભાગનાને પોષાતી નહીં, પણ ઉષા નારાયણે તો અપવાદ હતી. મોટાભાગની છોકરી થોડું અક્ષરજ્ઞાન મેળવે કે ન મેળવે ત્યાં લગ્ન વિશે વિચારવા માંડતી અથવા વડીલો એ દિશામાં ધકેલી દેતા હતા. ઉષાને તો ભણવું હતું, વધુ ભણવું હતું. એને પરણવું નહોતું અથવા કહો કે પરણવાની ઉતાવળ નહોતી. એને આગળ વધવું હતું. ખૂબ જ આગળ.

ઉષા નારાયણેના સપના બદલ કોઈને વાંધો નહોતો. પરિવાર કે પડોશીઓ જ નહીં, સમગ્ર કસ્તૂરબાનગર વિસ્તાર એની તરફ અહોભાવ અને પ્રેમથી નિહાળતો હતો. એની પ્રગતિથી સૌ ખુશખુશાલ હતાં.

ઉષાએ હોટેલ મૅનેજમેન્ટમાં ડિપ્લોમા કોર્સ કરી લીધો. એને કોલસેન્ટરમાં નોકરી સુધ્ધાં મળી ગઈ. એ ૨૫ વર્ષની થઈ ત્યારે એનું જીવન એક નવા જ વળાંકે આવીને ઊભું રહી ગયું. ઉષાને પંજાબની મોટી હોટેલમાં સારી નોકરીની ઑફર મળી. આટલે દૂર જવું કે ન જવું? આવા મામલામાં કાં છોકરી ડરી જાય કાં કુટુંબવાળા નનૈયો ભણી દે. પણ ઉષા નારાયણેએ મનમાં ગાંઠ વાળી લીધી. ચલો પંજાબ. એ ૨૦૦૪નું વર્ષ હતું. ઉષાના જીવનમાં વળાંક આવ્યો પણ એકદમ જ અણધાર્યો.

*

કસ્તૂરબાનગર વિસ્તારમાં ભરત કાલીચરણ નામના ગુંડાની ભારે ધાક. એ ઓળખાય અક્કુ યાદવના નામે. આ અક્કુ અને એની ઠગ ટોળી ભારે અત્યાચાર વર્તાવતા રહે. પુરુષોને ડરાવવા, ધમકાવવા અને અંકુશમાં રાખવા માટે અક્કુ એન્ડ ગૅંગ સ્ત્રીઓને નિશાન બનાવે, કનડગત કરે. આ અત્યાચાર પણ એવો કે જેની કલ્પના ન થઈ શકે. આ બધું જોઈને તમને અનિલ શર્માની ફિલ્મ 'હકૂમત' અને 'એલાન એ-જંગ'ના ખલનાયક અમરીશ પુરી અને સદાશિવ અમરાપુરકર યાદ આવી જાય.

કસ્તૂરબાનગરમાં રહેતાં ત્રણસો કુટુંબ અક્કુ યાદવનો ત્રાસ ચુપચાપ સહન કરી રહ્યાં હતાં. કોઈ વિકલ્પ નહોતો, ક્યાંય કોઈ આશા દેખાતી નહોતી. કસ્તૂરબાનગર ઝૂંપડપટ્ટીના કમનસીબ રહેવાસીઓ એકાદ દાયકાથી અક્કુ યાદવના ત્રાસ વચ્ચે જીવવા માટે લાચાર હતા. અક્કુની ટોળકી કોઈની પણ સામે બૂમાબૂમ કરે, ગાળાગાળી કરે, મારપીટ કરે, ધાકધમકી આપે, ઘરની બહાર ઢસડી જાય, રૂપિયા ઉઘરાવે પણ કરવું શું જાલિમોની બદમાશી સામે?

કોણ બોલ્યું પોલીસ? હા હા, પોલીસ તો હોય જ ને. હતી પણ ખરી. પરંતુ જાણે એ અક્કુ યાદવની ટોળીમાં ભળી ગઈ હતી અથવા અક્કુના અંકુશમાં હતી, પૂરેપૂરા અંકુશમાં. પોલીસ પાસે અક્કુ-પીડિતો પહોંચે, તો ન કોઈ ફરિયાદ નોંધાય કે ન કોઈ પગલાં લેવાય. ઊલટાનું પોલીસ ફરિયાદીને તતડાવીને તગેડી મૂકે કે ભૂંડી મજાક કરે.

કસ્તૂરબાનગરવાસીઓ જાણતા હતા કે પોતાના ત્રણ પાડોશીને અક્કુ ગૅંગે મારી નાખ્યા હતા. પછી લાશ રેલવેના પાટા પર ફગાવી દીધી હતી. પોલીસ પાસે એક-બે-પાંચ નહીં, એકાદ ડઝન ફરિયાદ પહોંચી હતી. જો અપરાધ બહુ ગંભીર પ્રકારનો હોય તો અક્કુ યાદવની ધરપકડ થાય, પણ જામીન મળતાં વાર ન લાગે.

અક્કુ યાદવે પુરુષોને ડરાવવા માટે એમની મહિલાઓ પર બળાત્કાર કરવાનું શરૂ કર્યું. એ પણ માસ રેપ. એક ગરીબ પરિવારને અપમાનિત કરીને ફફડાટ હેઠળ રાખીને ચૂપ રાખવા માટે અક્કુએ આ મોડસ ઓપરેન્ડી અપનાવી હતી. કહેવાય છે કે આ ઝૂંપડપટ્ટીના એક-એક ઘરમાં અક્કુની બળાત્કાર-પીડિતા હતી. એ કમબખ્ત ૧૨ વર્ષની બાળકીને પણ મૂકતો નહીં.

અક્કુ યાદવને ઇશારે બદમાશ ગૅંગ મનગમતી મહિલાને ગમે ત્યારે નજીકના એક ખખડધજ મકાનમાં ઢસડી જતા અને તેના પર સામૂહિક બળાત્કાર ગુજારાતો. મોટાભાગની બળાત્કાર પીડિતા કે એના ઘરવાળા રેપની ફરિયાદ કરવામાં અચકાટ અનુભવે, વધુ બદનામી થવાને ડરે. આ વર્ણન સદીઓ જૂનું નથી, ૨૦૦૦-૨૦૦૧ની આસપાસનું છે.

આમ છતાં બારેક રેપપીડિતાઓ પોલીસ સુધી પહોંચી ગઈ. પરંતુ ૩૨ વર્ષના અક્કુ યાદવ વિરુદ્ધ બળાત્કારનો એકેય કેસ પોલીસે નોંધ્યો નહોતો. ઊલટાનું પોલીસમાંથી કોઈક અમુક માહિતી યાદવને પહોંચાડી દે એટલે ફરિયાદીનું આવી જ બને.

સ્થાનિકો ખુલ્લેઆમ આક્ષેપ કરતા હતા કે પોલીસ તો અક્કુ યાદવના હાથવાટકા જેવી બની ગઈ હતી. વર્દીધારીઓનાં મોઢાં દારૂ અને રોકડાથી ભરી દેવાતાં હતાં. આને લીધે પોલીસ ઔચિત્યની બધી સીમા ઓળંગતી જતી હતી. એક ૨૨ વર્ષીય યુવતી અક્કુ વિરુદ્ધ બળાત્કારની ફરિયાદ કરવા ગઈ તો પોલીસે નફ્ફટાઈથી સંભળાવી દીધું કે તારા કેરેક્ટરનો પ્રૉબ્લેમ છે એટલે બળાત્કાર થાય.

લગભગ ૨૦૦૪ના જુલાઈના અંત સમયની વાત છે. અક્કુ યાદવ રોજેરોજ ઉષા નારાયણેના ઘરે આવનજાવન કરવા માંડ્યો. તે ઉષાને ધમકી આપવા માંડ્યો કે તારા ચહેરા પર તેજાબ ફેંકાવીશ, તારા પર સામૂહિક બળાત્કાર કરાવીશ. હકીકતમાં તો ઉષા ભણેલી હતી, જાગૃત હતી. એ બીકણો વચ્ચે સિંહણ જેવી હતી. અધૂરામાં પૂરું ઉષાના બનેવી વકીલ હતા. ઉષા આખાબોલી હતી, તો વકીલજીજાજીમાં યાદવ સામે ઊભા રહેવાની હિંમત હતી. અત્યાર સુધી એકદમ ગરીબો પર બળાત્કાર કરનારા અક્કુ યાદવને જાણ નહોતી કે ઉષા ચૂપ રહેવાની નથી, એ સહન કરીને બેસી રહેવાની નથી. પોતાને ધમકી આપીને અક્કુ યાદવે ઘણી મોટી ભૂલ કરી બેઠો એમ ખુદ ઉષા માનતી હતી.

અને ઉષા નારાયણે અક્કુ યાદવના અત્યાચાર રાજનો અંત લાવવા માટે વસતિમાં સહીઝુંબેશ શરૂ કરી દીધી. એની સહીઝુંબેશથી થોડે દૂર કંઈક એવું બનવાનું હતું કે આખી દુનિયા આંખ ફાડીને જોતી રહી : ઐસા ભી હોતા હૈ?!

*

ઉષા નારાયણે નાગપુરના કસ્તૂરબા ઝૂંપડપટ્ટી વિસ્તારમાં ભરત કાલિચરણ ઉર્ફે અક્કુ યાદવના અપરાધ-અત્યાચાર વિરુદ્ધ સહીઝુંબેશ ચલાવી રહી હતી એ સમયે નાગપુર શહેર એક ચોંકાવનારી ઘટનાનું સાક્ષી બનવા જઈ રહ્યું હતું.

૨૦૦૪ની ૧૩મી ઑગસ્ટ. એ દિવસે ૩૨ વર્ષના રીઢા ગુનેગાર અક્કુ યાદવને અદાલતમાં હાજર કરવાનો હતો. અક્કુ અને તેના મળતિયાઓને ખાતરી હતી કે ચપટી વગાડતામાં જામીન મળી જશે. ફરી કસ્તૂરબાનગરમાં ચાલશે આપણી મનમાની. રાજ કરેગા અક્કુ યાદવ.

આને પગલે ઝૂંપડાવાસીઓમાં માત્ર ગણગણાટ નહીં, ભારે ફફડાટ હતો.

જેલમાંથી બહાર આવીને અક્કુ યાદવ કાળો કેર વર્તાવ્યા વગર નહીં રહે. ઉષા નારાયણે જેવી શિક્ષિત અને જાગૃત યુવતીને અક્કુએ ધમકી આપી હતી, તો બાકીનું કોણ સલામત? કંઈક કરવું જ જોઈએ. પણ કરવું શું? આ સવાલ બધાને મૂંઝવતો હતો. ગભરામણ અને અકળામણના વલોણામાંથી શું ઊપજવાનું હતું?

ઘણાને સમજાતું નહોતું કે ઉષા નારાયણને ધમકી આપીને અક્કુ યાદવ કેમ દેખાતો બંધ થઈ ગયો? ક્યાં જતો રહ્યો? એના શેતાની દિમાગમાં શું ચાલતું હશે? પરંતુ અક્કુ યાદવની ધરપકડથી અમુક સવાલો શાંત થઈ ગયા. છતાં બધાને ગળા સુધી ખાતરી હતી કે અક્કુને જામીન મળી જ જશે અને ફરી એ વધુ રોષ સાથે ત્રાટકશે આપણા ઉપર.

અક્કુ યાદવને અદાલતમાં પેશ કરવા લઈ જવાતો હતો ત્યારે કસ્તૂરબાનગરના ઝૂંપડાવાસીઓની મોટી ભીડ જમા થઈ હતી. અક્કુ યાદવે આ ટોળામાં એક યુવતીને જોઈ. એના શૈતાની મગજમાં સળવળાટ થયો અને યાદ આવ્યું. આ તો મેં બળાત્કાર કર્યો હતો એ જ. અક્કુએ તેને કડવાશથી 'રૂપજીવિની' ગણાવી. સાથોસાથ ધમકી સુધ્ધાં ઉચ્ચારી : યાદ રાખજે ફરી તારી સાથે એવું જ કરીશ.

અક્કુ યાદવ પોતાની તાકાતના નશામાં હતો, જામીન પર છૂટી જવાની ખાતરી હતી, પોતાને કોઈ રોકી ન શકે એવી મગરૂરી હતી. એ જાણતો ન હતો કે એનો નિરંતર અત્યાચાર કેવું પરિણામ લાવવાના છે?

અક્કુ યાદવે બળાત્કાર-પીડિતાને રૂપજીવિની કહીને ધમકી આપી એ સાથે જ અકલ્પ્ય ઘટના બની ગઈ. લગભગ ૨૦૦ મહિલાનું ટોળું વાઘણના ટોળામાં ફેરવાઈ ગયું. બધી વાઘણ અક્કુ યાદવ તરફ ધસી ગઈ. પોલીસના રક્ષણની ઐસીતૈસી કરીને બધી અક્કુ પર રીતસરની તૂટી પડી. અક્કુ પર પથરા ફેંકાયા, છરીના ઘા વીંઝાવા માંડ્યા. કોઈકે એની આંખમાં મરચાની ભૂકી ભરી દીધી અને... પંદરેક મિનિટ બાદ ગુસ્સાનો જ્વાળામુખી માંડ શાંત પડ્યો ત્યારે અક્કુ યાદવ નિશ્ચેત થઈને પડ્યો હતો. અક્કુએ લડવાનો અને જીવ બચાવવાનો નિષ્ફળ પ્રયાસ કર્યો હતો, પરંતુ શાક સમારવાની છરીના ૭૦-૭૦ ઘા સામે કોઈ કેટલું ટકી શકે? આક્રોશ એટલો વધારે હતો કે શબ પરથી લિંગ સુધ્ધાં કાપી નખાયું હતું.

આ ઘટના કોઈ અંધારી ગલી કે ઝૂંપડપટ્ટીમાં નહોતી થઈ, પણ નાગપુર ડિસ્ટ્રિક્ટ કોર્ટમાં બની હતી. અદાલતની આરસના ફર્શ પર પડેલા અક્કુના લોહીના ડાઘા આપણી સમાજરચના, ન્યાયતંત્ર અને પોલીસતંત્ર પર પ્રશ્નાર્થ બનીને ફૂંફાડા મારતા હતા. માત્ર નાગપુરમાં જ નહીં, સમગ્ર ભારતમાં આ ધોળા દિવસની હત્યા જેવી ઘટના અગાઉ ક્યારેય નોંધાઈ નહોતી.

અક્કુ યાદવના શબ અને કોર્ટની લોહીના ડાઘવાળી આરસની ફર્શના ફોટા સાથેના સનસનાટીભર્યા સમાચારે બીજા દિવસે અખબારોના પહેલે પાને ચીસાચીસ કરી મૂકી. મહારાષ્ટ્ર જેવા પ્રગતિશીલ રાજ્યમાં ગરીબો અને લાચારોના કોઈ માય-બાપ નથી, તો દેશના અંતરિયાળ ભાગોમાં કેવી સ્થિતિ હશે?

*

અક્કુ યાદવના કેસમાં લોકજુવાળ પ્રચંડ સ્વરૂપે બહાર આવ્યો હતો. કથિત 'ખૂની ટોળા'ને ચોમેરથી અણધાર્યો ટેકો મળવા માંડ્યો. આ બધી મહિલાને આરોપી નહીં, પણ પીડિતા ગણવાનો આગ્રહ કરાયો. હાઈકોર્ટના નિવૃત્ત ન્યાયાધીશ ભાઉ વહાણેએ તો આ મહિલાઓને અભિનંદન આપ્યાં : 'એ લોકોના સંજોગો એવા હતા કે અક્કુનો ખાત્મો બોલાવી દીધા સિવાયનો વિકલ્પ જ બચ્યો નહોતો.' મહિલાઓ પોતાના રક્ષણ માટે વારંવાર પોલીસને વિનવણી કરતી હતી, પરંતુ તેમને બચાવવામાં પોલીસ નિષ્ફળ રહી હતી?

રહીરહીને હકીકત બહાર આવવા માંડી. આ હત્યાકાંડના એકાદ અઠવાડિયા અગાઉ જ લોકોમાં અક્કુ યાદવ નામની બીમારીનો ઇલાજ કરવાનું જરૂરી હોવાની ચર્ચા શરૂ થઈ ચૂકી હતી. આ આક્રોશનો અણસાર આવી જતાં અક્કુ હવામાં ઓગળી ગયો હતો.

પરંતુ આનાથી સંતોષ માનીને નિરાંતે બેસી રહેવાનું કોઈએ મુનાસિબ ન માન્યું. ઉષા નારાયણે અને તેના બનેવી સ્થાનિક પોલીસ અધિકારીઓની અવગણના કરીને સીધા નાયબ પોલીસ કમિશનર પાસે પહોંચી ગયા. આને પગલે ઉષાને સપરિવાર રાતે સલામત સ્થળે રાખવા માટે લઈ જવાઈ. કોઈ પણ ભોગે અક્કુ યાદવને શોધીને જેલભેગો કરવાના સધિયારા સાથે અફસરસા'બે બંનેને રવાના કરી દીધા હતા, પરંતુ ઉશ્કેરાયેલા પીડિતોમાં ગુસ્સો ભભૂકતો હતો. તેમણે અક્કુના ખાલી ઘરને તોડફોડ કરીને કાટમાળમાં ફેરવી નાખ્યું. આ મિજાજ જોઈને છઠ્ઠી ઑગસ્ટની સાંજ સુધીમાં અક્કુ યાદવે પોતાની સલામતી માટે પોલીસ સમક્ષ 'આત્મસમર્પણ' કરી દીધું. હાશ, જીવ તો બચી ગયો. કાનાફુસી તો એવી ચાલી કે ખુદ પોલીસવાળાએ જ સલાહ આપી હતી કે હમણાં જાહેરમાં દેખાવું જોખમી છે, બહેતર છે કે તારી જાતને પોલીસને હવાલે કરી દે.

બીજા દિવસે અક્કુ યાદવને કોર્ટમાં હાજર કરવાનો હતો. એ સમયે એક ચમચાએ પોલીસની હાજરીમાં જ ધાબળામાં વીંટીને અક્કુને છરી આપવાની ચેષ્ટા કરી હતી, પણ ત્યારે ૫૦૦ જેટલી ઝૂંપડપટ્ટીવાસી મહિલાઓની એક હજાર આંખો બધું જોતી હતી. આ મહિલાઓ બૂમાબૂમ કરીને પોલીસને ફરજ પાડીને છરીવાળા ચમચાની ધરપકડ કરાવીને જ જંપી હતી.

નાછૂટકે અક્કુ યાદવને કોર્ટમાં હાજર કર્યા વગર પોલીસ પાછી ગઈ, પરંતુ જતાં અગાઉ અક્કુએ તરત પાછા ફરવાનો અને એક-એક મહિલાને જોરદાર પાઠ ભણાવવાની ધમકી આપી દીધી હતી.

આ સાથે કસ્તૂરબાનગરમાં ઘેર ઘેર ચર્ચા થવા માંડી કે અક્કુ યાદવને જામીન મળવાની જ. છતાં હવે કોઈ ચૂપ કે શાંત રહેવાના મૂડમાં નહોતા. લાગણીભર્યા ઉશ્કેરાટ વચ્ચે નક્કી થયું કે જરૂર પડ્યે મહિલાઓ ધરપકડ વહોરીને જેલભેગી થશે, પણ અક્કુ યાદવ આપણા એરિયામાં અને જીવનમાં પાછો ફરવો ન જોઈએ.

તેરમી ઑગસ્ટે અક્કુ યાદવને અદાલતમાં રજૂ કરવા લઈ જવાયો ત્યારે હરતાફરતા જ્વાળામુખી જેવી ૨૦૦ મહિલા અદાલતમાં પહોંચી ગઈ. અક્કુએ એક બળાત્કાર પીડિતાને રૂપજીવિની કહી અને ફરી બળાત્કાર કરવાની ધમકી ખુલ્લેઆમ ઉચ્ચારી અને એ પણ કાનૂનના રક્ષકોની હાજરીમાં! આ સાંભળીને પોલીસવાળા હસવા માંડ્યા. એ યુવતી ચંપલ કાઢીને અક્કુને મારવા માંડી, સાથોસાથ ચીસ પાડવા માંડી કે આજે કા હું નહીં કાં તું નહીં. પીડિત અને ઉશ્કેરાયેલા ટોળા માટે આ ઘટનાએ સુરંગ માટેની જામગરીનું કામ કર્યું... અને ૧૫ મિનિટમાં એક અનન્ય લોહિયાળ જીવલેણ પ્રકરણ લખાઈ ગયું.

અક્કુ યાદવના ઘટનાસ્થળે જ થયેલા ક્રૂર મોતથી મહિલાઓને લેશમાત્ર સંતોષ કે રાહત ન થઈ. આ હત્યા બદલ પોલીસે પાંચ મહિલાની તાત્કાલિક ધરપકડ કરી, પરંતુ શહેરભરમાં મહિલાઓએ કરેલાં ધરણાં અને દેખાવોને પગલે પાંચેય આરોપીઓને છોડી દેવામાં આવી.

કસ્તૂરબાનગરની મહિલાઓ એક જ વાત દોહરાતી હતી કે, સમાજની આંખ ઉઘાડવા માટે જરૂરી એવા આ પગલા માટે એક, બે કે પાંચ નહીં, અમે બસો મહિલા જવાબદાર છીએ. અમારી સૌની ધરપકડ કરો.

પોલીસે આ મામલામાં ઉષા નારાયણેને પણ સંડોવી ખરી. ઉષાએ જાહેર કર્યું કે આ હત્યાથી સમાજની આંખ ખૂલી ગઈ અને પોલીસની નબળાઈ છતી થઈ ગઈ. આનાથી પોલીસવાળા અકળાઈ ગયા. આ સમગ્ર ઘટના પાછળનું

મુખ્ય ભેજું ઉષા નારાયણેનું હોવું અને તેણે જ ભડકાવનારી કામગીરી બજાવી હોવાનો પોલીસે દાવો કર્યો હતો.

અક્કુ યાદવની હત્યાનો ખટલો શરૂ થયો, ત્યારે નવું કૌતુક જોવા મળ્યું. બળાત્કાર જેવા અમાનુષી અત્યાચારમાં સ્ત્રીને ક્યાંયથી કોઈ પ્રકારનું રક્ષણ, સાથ કે સહાનુભૂતિ નથી મળતાં, ત્યારે નાગપુરમાં તો એકદમ અણધાર્યું પરિણામ જોવા મળ્યું. આ નારી-શક્તિનો આક્રોશ એવો દઝાડનારો હતો કે અક્કુ યાદવની સલામતી માટે સાથે તહેનાત કરાયેલા બે પોલીસ અધિકારી પોતાનો જીવ બચાવવા ભાગી છૂટ્યા હતા.

ઉષા નારાયણેએ ખુલાસો કર્યો હતો કે અક્કુ યાદવ પરનો હુમલો ગણતરીપૂર્વકનો કે આયોજનબદ્ધ નહોતો. આ લાગણીના આવેશમાં બન્યું હતું. મહિલાઓએ નિર્ધાર કર્યો હતો કે આ માણસ બહાર આવીને ફરી આતંક મચાવે એવું બનવું ન જોઈએ, ભલને આપણે જેલમાં જવું પડે.

આ અનોખા હત્યા કેસમાં ઉષા નારાયણે સહિત પાંચ મહિલાની ધરપકડ થઈ હતી, પણ મજાની વાત એ છે કે ઝૂંપડપટ્ટીમાં રહેતી એક-એક મહિલાએ આ હત્યાકાંડની જવાબદારી સ્વીકારી હતી. શહેરમાં ઉગ્ર દેખાવો બાદ અન્ય આરોપી મહિલાઓને છોડી મુકાઈ હતી. ઉષા નારાયણેનો છુટકારો ૨૦૧૨માં થયો હતો, પરંતુ ત્યાં સુધીમાં ઉષા નારાયણે અત્યાચાર સામેના વિજયી વિરોધનું પ્રતીક બની ચૂકી હતી.

*

# 3

# મેડમ થીમક્કા : ગુનાખોરીનો પારિવારિક કાતિલ ધંધો...

**૧૬મી** ઑક્ટોબર, ૨૦૧૫. કર્ણાટકની રાજધાની બેંગલુરુથી ૨૫ કિલોમીટર નજીક આવેલા દોડાબલ્લાપુર ટાઉનના સબ-ઇન્સ્પેક્ટર એસ. જગદીશ એ દિવસે વધુ સતર્ક હતા. મન, મગજ અને શરીરમાં ગજબનો ઉત્સાહ હતો. કંઈક કરી બતાવવાનો જોશ હતો. ૩૩ વર્ષના જગદીશ પોતાની સાથે નીકળેલા કૉન્સ્ટેબલ વેંકટેશમૂર્તિ સાથે વાતચીત કરતા હતા કે આજે તો કોઈ પણ સંજોગોમાં એમને છોડવાના નથી. આજની ધરપકડથી ઘણા ક્રાઇમ કેસ ઊકલી જવાના છે.

લૂંટારા ગૅંગના બે મહત્ત્વના સભ્યો ફરકવાના હોવાની આગોતરી બાતમી મળ્યાને પગલે જગદીશ અને વેંકટેશમૂર્તિ આંખ-કાન ખુલ્લા રાખીને ચારેકોર બાજનજર ફેરવતાં ધીમે પગલે ચાલી રહ્યા હતા. બંનેના ચહેરા સામાન્યવત્ દેખાતા હતા, પણ અંદરોઅંદર જોશથી એકદમ ફાટફાટ થતા હતા.

અચાનક જગદીશની આંખમાં ચમક આવી ગઈ. પોતાને મળેલી માહિતીમાં કરાયેલા વર્તન મુજબનો માણસ થોડે દૂર ચાલતો જઈ રહ્યો હતો. એ માણસની જ નહીં, એની સાથેના યુવાનના ચાલચલન શંકાસ્પદ લાગતાં હતાં. જગદીશને ગળા સુધી ખાતરી થઈ ગઈ કે આ બંને જ મારા શિકાર છે.

સબ-ઇન્સ્પેક્ટર એસ. જગદીશે તરત કૉન્સ્ટેબલ વેંકટેશમૂર્તિને ઇશારો કર્યો અને પગ ઝડપથી ઉપાડ્યા. બંને લગભગ દોડવા માંડ્યા. એ બંનેને દોડતા આવતા જોઈને બંને શકમંદ પણ ચેતી ગયા. તેઓ ચાલવાનું છોડીને દોડવા માંડ્યા. બેઉ શંકમદો જાણે જીવ બચાવવા ભાગતા હોય એ રીતે દોડવા માંડ્યા.

અને એસ. જગદીશની છઠ્ઠી ઇન્દ્રિયે એકદમ સાચો અને સચોટ અણસાર આપ્યો હતો. આગળ દોડનારા બંને શખસ એ જ રીઢા ગુનેગાર હતા જેની માહિતી મળી હતી. એ બંનેએ ઘર લૂંટવા અને ખાસ તો ચેન આંચકવાના

બનાવોમાં પોલીસને નાકે દમ લાવી દીધો હતો. મોટી ઉંમરનો દેખાતો માણસ હતો હરીશબાબુ, ઉંમર ૪૨ વર્ષ. સાથેનો યુવાન હતો મધુ, ઉંમર વર્ષ ૨૪. બંને ગુનાખોરીમાં ભાગીદાર હતા. બેઉ વચ્ચે વધુ એક સંબંધ હતો સગા પિતા-પુત્રનો.

પોલીસવાળાને પાછળ દોડતા આવતા જોઈને કોઈ ગુનેગારની જેમ જ હરીશબાબુ અને મધુમાં ફફડાટ પેઠો. આ ભયે તેમના પગને વધુ ગતિ આપી. પાછળ વાઘ પડ્યો હોય એમ બંને દોડવા માંડ્યા. એમની પાછળ તેજ ગતિએ આવતા એસ. જગદીશ અને વેંકટેશમૂર્તિ પણ એટલા જ જોશભેર પીછો કરી રહ્યા હતા.

ચોર અને પોલીસની આ સ્પર્ધામાં બંને વચ્ચેનું અંતર ધીમે ધીમે પણ ચોક્કસપણે ઘટી રહ્યું હતું. જોનારાને લાગે કે બંને ભાગેડુ ઝડપાયા સમજો... એય પકડાયા...

...પણ ઓચિંતા ન થવાનું થઈ ગયું. એક નાનકડી ખુલ્લી ગટરમાં સબ-ઇન્સ્પેક્ટર એસ. જગદીશનો પગ ફસાઈ ગયો. જીવ મુઠ્ઠીમાં લઈને જોરદાર ગતિએ દોડી રહેલા જગદીશ એકઝાટકા સાથે પડી ગયા.

એમના આંચકા સાથે પડવાથી થયેલા અવાજને લીધે યોગાનુયોગે એ જ સમયે હરીશબાબુએ પાછું વળીને જોયું.

સ્વાભાવિકપણે એવું બનવું જોઈએ કે પાછળ દોડતો પોલીસવાળો પડી જાય કે ફસાઈ જાય એટલે ગુનેગાર આનંદની અનુભૂતિ સાથે વધુ ગતિએ ભાગીને અદશ્ય થઈ જાય કે હાશ બચી ગયો. આ હરીશબાબુ કંઈક અલગ ખોપડીનો હતો. ભાગી જવાને બદલે તે પાછો વળ્યો. દોડીને જગદીશ સુધી પહોંચી ગયો. એની પાછળ પાછળ મધુ પણ દોડ્યો. હરીશબાબુએ ગટરમાં પડી ગયેલા જગદીશને બહાર કાઢ્યો. મધુએ એની પિસ્તોલ આંચકી લીધી. જગદીશ કંઈ સમજે કે કરે એ અગાઉ હરીશબાબુ એની છાતી પર ચડી બેઠો અને પોતાની કટારીથી એની છાતી પર ધડાધડ ઘા ઝીંકવા માંડ્યો. એક પછી એક. ન જાણે રોષમાં ને રોષમાં કેટલા ઘા મારી દીધા. જગદીશની વહારે આવેલા કૉન્સ્ટેબલ વેંકટેશમૂર્તિને પણ છરી હુલાવી દેવાઈ હતી. તેર-તેર ઘા વાગવાથી જગદીશના તો ઘટનાસ્થળે જ રામ રમી ગયા, જ્યારે વેંકટેશમૂર્તિને તાત્કાલિક હૉસ્પિટલમાં ભેગા કરી દેવાયા.

બેંગલુરુની નજીક ધોળા દિવસે એક પોલીસવાળાનું મોત થાય, બીજો ઘાયલ થાય. સ્વાભાવિક છે કે હોબાળો મચી જાય. જો વર્દીધારીઓ સલામત નથી તો આમ આદમીનું શું? પોલીસ પર ભારે દબાણ આવ્યું, પણ સૌથી મોટો પ્રશ્ન એ હતો કે હુમલાખોર હતો કોણ? હુમલો કર્યો શા માટે? સબ-ઇન્સ્પેક્ટર જગદીશ

અને કૉન્સ્ટેબલ વેંકટેશમૂર્તિ ઘરફોડું અને ચેનચોર હરીશબાબુ અને મધુને પકડવા નીકળ્યા હોવાની ખબર પડી. એટલે શકમંદના નામ સુધી પહોંચવામાં ઝાઝી તકલીફ ન પડી.

અખબારો અને ટીવી ચેનલોમાં જગદીશ અને પરિવારજનોના વિલાપનાં દૃશ્યો છવાઈ જવા સાથે હવે પોલીસનું એક જ ટાર્ગેટ હરીશબાબુ ને મધુને યેનકેન પ્રકારેણ અને શક્ય એટલા વહેલા ઝડપી લઈને જેલમાં ધકેલી દેવા, પરંતુ એ બંને હતા ક્યાં?

આ બંને આરોપીઓને ઝબ્બે કરવા માટે પોલીસે એક-બે નહીં, પાંચ-પાંચ વિશેષ ટીમ બનાવી હતી, પરંતુ હરીશબાબુ અને મધુ ક્યાંય નજરે પડતા નહોતા. ધરતી ગળી ગઈ કે પછી આકાશ ઉપાડી ગયું બંનેને?

*

કર્ણાટકના બેંગલુરુ પાસે આવેલા દોડાબલ્લાપુર ટાઉનના સબ-ઇન્સ્પેક્ટર એસ. જગદીશની ધોળે દિવસે બે ચોરટાએ હત્યા કરી નાખી અને એના સાથી કૉન્સ્ટેબલ વેંકટેશમૂર્તિને પણ છરી હુલાવી દેવાઈ. આ બંને પર હુમલા કરનારા હતા પિતા-પુત્ર હરીશબાબુ અને મધુ. બેય ડામીસ લૂંટફાટના મામલાના રીઢા ગુનેગાર હતા. એમને પકડવા નીકળેલા જગદીશ અને વેંકટેશમૂર્તિમાંથી પહેલો પોલીસવાળો સ્વર્ગવાસી અને બીજો હૉસ્પિટલવાસી થઈ ગયો. આ સાથે જ પોલીસવાળાએ હત્યારા પિતા-પુત્રને ઝબ્બે કરવા માટે રાત-દિવસ એક કરી નાખ્યા, પણ હતા ક્યાં એ બંને? પોલીસ મામલામાં ઊંડી ઊતરતી ગઈ એમ વધુ ને વધુ માહિતી બહાર આવતી ગઈ. હરીશબાબુ અને મધુ ૫૦થી વધુ લૂંટના મામલામાં સંડોવાયેલા હતા. એટલું જ નહીં, અગાઉ પણ પોલીસવાળા પર હુમલા કરી ચૂક્યા હતા. અગાઉ બેંગલુરુના અશોકનગર પોલીસ સ્ટેશનના એક સહાયક સબ-ઇન્સ્પેક્ટર અને કૉન્સ્ટેબલ તથા ચિકમંગલુરુના ઇન્સ્પેક્ટર પર પણ હુમલો કરી ચૂક્યા હતા.

આ સનસનાટીભરી હત્યા કર્યા બાદ હરીશબાબુ અને મધુ એકદમ લાઇમલાઇટમાં આવી ગયા. આ સાથે એમના વધુ ને વધુ પાપ પ્રકાશમાં આવવા માંડ્યાં. બંને વાહનચોર અને ચેન આંચકનારી ખૂનખાર ટોળકીના એકદમ સક્રિય સભ્ય હતા. હરીશબાબુને એક વિચિત્ર આદત હતી. દરેક અપરાધ બાદ એ માથું મુંડાવી નાખતો હતો. જગદીશની હત્યા બાદ તેણે આ કામ મંત્રાલય સામે કરાવ્યું હતું. પત્ની હોવા અને પુત્રના સથવારા છતાં એ લૂંટનો ભાગ છોકરીઓ

સાથે મસ્તી કરવામાં વિતાવતો હતો. આને લીધે તે એઇડ્સથી પીડાતો હોવાની માહિતી પણ બહાર આવી હતી ખરી.

કર્ણાટકના નેલામંગલાથી શરૂ થયેલી આ ગૅંગ સમયાંતરે ગુલબર્ગામાં શિફ્ટ થઈ ગઈ હતી. આ ગૅંગની લીડર હતી એક મહિલા, નામ થીમક્કા. એ હરીશબાબુની પત્ની અને મધુની મમ્મી. આ થીમક્કાનો એક અન્ય પ્રેમી પાછો નેલ્લોરામાં રહેતો હોવાનું પોલીસે શોધી કાઢ્યું હતું. ગૅંગના બધા સભ્યો લૂંટનો માલ થીમક્કા સમક્ષ ધરી દેતા હતા. ત્યારબાદ થીમક્કા પોતાની મરજી મુજબ બધાને ભાગ વહેંચી આપતી હતી. આ ગૅંગની વધુ એક વિશિષ્ટતા એ હતી કે એમાં મોટા ભાગના સભ્યોના પરિવારજનો સામેલ હતા. થીમક્કાનો રઘુ નામનો બીજો એક પુત્ર પણ ગેંગમાં સામેલ હતો.

આ થીમક્કા ગૅંગની મોડસ ઓપરેન્ડી રસપ્રદ છે. એમના સંતાવાના અડ્ડા ઘણા. એક લોજ ભાડે રાખીને ઑપરેશન પતે ત્યાં સુધી એમાં રહે અને પછી છૂ થઈ જાય. ગૅંગનું કાયમી રહેઠાણ દેવનગરીમાંય કર્ણાટક ઉપરાંત મહારાષ્ટ્ર અને આંધ્રપ્રદેશમાં પણ આ ગૅંગ હાથની સફાઈ બતાવતી રહેતી હતી. સબ-ઇન્સ્પેક્ટર એસ. જગદીશની હત્યા કર્યા બાદ બંને એકદમ સતર્ક થઈ ગયા હતા. તેઓ તરત મૅજેસ્ટિક નામના ધર્મસ્થળે પહોંચી ગયા હતા. પછી આંધ્રપ્રદેશના કુર્નુલ પહોંચી ગયા. એ જગ્યાએથી મંત્રાલય નામના ધાર્મિક સ્થળે જઈને ગેસ્ટ હાઉસમાં રહેવા માંડ્યા હતા. પણ ક્યાંય લાંબા ન રોકાયા. પહેલાં ટ્રેન અને બસ પકડીને પહોંચી ગયા નાગપુર.

હરીશબાબુ અને મધુનો ગૅમ-પ્લાન તો દેશ છોડીને ભાગી જવાનો હતો. તેમણે નેપાળ પર પસંદગી ઉતારી હતી. આ માટેના દસ્તાવેજો બનાવવા અને ટિકિટની વ્યવસ્થા કરવા માટે સાથીઓને સૂચના આપી દેવાઈ હતી.

આ ભાગદોડ દરમ્યાન બાપ-બેટા એટલી બધી તકેદારી રાખતા હતા કે માની ન શકાય. કોઈ સ્થળે ઝાઝું રોકાવું નહીં. એક જ સીમકાર્ડ લાંબો સમય વાપરવાનું જ નહીં. દર પંદર મિનિટે મોબાઇલ ફોનનું સીમકાર્ડ બદલી નાખવાનું. પોલીસના હાથેથી બચતા રહેવાની આ દોડધામ વચ્ચે મધુના દિલમાં અલગ જ તડપ હતી. એ પોતાની ગર્લ-ફ્રેન્ડને મળવા તલપાપડ થયો હતો. દેશ છોડી જતાં અગાઉ એને કૉલેજમાં ભણતી પ્રેમિકાને એકવાર ધરાઈને જોઈ લેવી હતી, મળી લેવું હતું.

હરીશબાબુ અને મધુ સુધી પહોંચવા માટે પોલીસે થીમક્કા અને એના દીકરા રઘુને પૂછપરછ માટે અટકાયતમાં લઈ લીધા. વધુ માહિતીને પગલે હરીશબાબુના સજા ભોગવતા સાથી ચંદ્રશેખરની પૂછપરછ માટે પોલીસ ચીકમંગલુરુ જેલમાં

પહોંચી ગઈ. ચંદ્રશેખર પાસેથી પોલીસને જાણવા મળ્યું કે હરીશબાબુ તો આંધ્રપ્રદેશ અને તમિલનાડુમાં વ્યાપક નેટવર્ક ધરાવે છે. પોલીસ આ બંને રાજ્યમાં પહોંચી ગઈ.

આ દરમિયાન પોલીસને મળેલી એક નજીવી માહિતી ઘણી ઉપયોગી બની રહી. આને પગલે પોલીસ વિવિધ ટ્રેનના પ્રવાસીઓની પૂછપરછ કરવા માંડી હતી. આમાંથી ખબર મળી કે બંને ટૅક્સી કરીને આંધ્ર પ્રદેશમાં ક્યાંક જઈને સંતાઈ ગયા હતા. પછી બંને ટ્રેનમાં દિલ્હી ભણી ગયાની જાણકારી મળી હતી.

આ માહિતીને એકદમ ગંભીરતાથી લઈને નાગપુર પોલીસને સાવચેત કરાઈ, ત્યારબાદ નાગપુર પોલીસે રેલવે પોલીસની મદદથી નાગપુર સ્ટેશને જ હરીશબાબુ અને મધુને પકડી પાડ્યા હતા.

પોલીસના હાથે ઝડપાઈ જવા છતાં બેમાંથી એકેયના ચહેરા પર પસ્તાવાના લેશમાત્ર અંશ દેખાતા નહોતા. જોકે પોલીસની એક ભ્રમણા ભાંગી ગઈ. તેઓ માનતા હતા કે જગદીશની હત્યા મધુએ કરી હતી, પણ હકીકત જુદી જ હતી. આ બંનેએ ભાગમભાગ કરતી વખતે મદદ માટે સાથી અને મિત્રોને ૮૭ ફોન કર્યાની જાણકારી મળી હતી. આ ફોનને લીધે જ પોલીસ એમનું પગેરું દબાવીને પીછો કરી શકી હતી.

હરીશબાબુએ પોલીસને સ્પષ્ટ શબ્દોમાં કહ્યું હતું : 'જગદીશની પિસ્તોલ આંચકીને હું ભાગી જઈ શક્યો હોત, પરંતુ તેણે પોલીસ ટીમને સતર્ક કરી દીધી હોત અને અમે પકડાઈ ગયા હોત. લૂંટ કરીને પકડાઈ ગયા બાદ પોલીસવાળા મારી પત્ની અને સાથીઓને ખૂબ કનડતા હતા.'

હરીશબાબુના કહેવા મુજબ તો એ પોલીસવાળા સામે વેર વાળવાની પ્રતીક્ષા કરતો હતો. 'જગદીશ ગટરમાં પડ્યો એ સાથે જ મેં તેને મારી નાખવાનું નક્કી કરી લીધું હતું. મધુએ પિસ્તોલ છીનવી લીધા બાદ મેં એને કટારના ઘા મારવાનું શરૂ કરી દીધું હતું!'

આ હત્યાની ઘટના વખતે હરીશબાબુએ અને મધુએ કેફી પદાર્થનો નશો કર્યાનું પણ બહાર આવ્યું હતું. આ નશાએ જ કદાચ ખુન્નસ અને વેર વાળવાની ભાવના પાસે ન કરાવવાનું કરાવ્યું અને સબ-ઇન્સ્પેક્ટર એસ. જગદીશનો જીવ ગયો. આ ચેન આંચકનારાએ જગદીશના પરિવારના ચેન-શાંતિ કામય માટે લૂંટી લીધાં હતાં. પણ એ એક ઘડીના ઉન્માદ-આવેશે અનેક જિંદગી રગદોળી નાખી હતી.

*

## ૪

# શ્રુતિ ચંદ્રલેખા : પતિના સ્ટાર્ટ, ઍક્શનની ગંદી માગણીનો ખૂની જવાબ

**એક** એક્ટ્રેસની લાઇફમાં, સાવ નાનકડી લાઇફમાં કેટલાં ટર્ન અને ટ્વીસ્ટ આવી શકે? આનો જવાબ શ્રુતિ ચંદ્રલેખા પાસેથી મળી શકે. કબૂલ, કબૂલ કે ઘણાએ શ્રુતિ હાસનનું નામ સાંભળ્યું હશે, પણ શ્રુતિ ચંદ્રલેખા? કૌન હૈ યે?

શ્રુતિ ચંદ્રલેખા એટલે કન્નડ અને તમિળ ફિલ્મોની અભિનેત્રી. એમાં પણ હીરોઇન નહીં, સ્મૉલ ટાઇમ એક્ટ્રેસ. ન વધુ ફિલ્મો કરી કે ન કોઈ એક્ટિંગની કમાલ છતાં આ અભિનેત્રી દક્ષિણનાં અખબારોમાં પહેલા પાને ચમકી ગઈ.

કર્ણાટકના ચિત્રદુર્ગ જિલ્લાના હિરુચુર નજીકના ગામની શ્રુતિ ચંદ્રલેખાએ માત્ર ૧૬ વર્ષની ઉંમરે લગ્ન કરી લીધાં. પતિનું નામ મંજુનાથ. પછી શ્રુતિનું મન અન્ય કોઈ પર મોહી ગયું એટલે મંજુનાથ સાથે છૂટાછેડા લઈ લીધા.

શ્રુતિના જીવનમાં આવેલો નવો પુરુષ હતો એસ. રોનાલ્ડ પીટર પ્રિન્ઝો. આ મહાશય વેપારી ઉપરાંત ફિલ્મ-ફાઇનાન્સર પણ ખરો. શ્રુતિ ચંદ્રલેખા અને રોનાલ્ડ પીટર પ્રિન્ઝોએ લગ્ન કર્યાં ત્યારે બંનેની ઉંમરમાં નોંધપાત્ર તફાવત હતો. નવદંપતી તમિલનાડુના સાલેમમાં રહેવા લાગ્યાં.

શ્રુતિનો નવો પતિ રોનાલ્ડ પીટર પ્રીન્ઝોને ધંધામાં ભારે નુકસાન થયું. બંને સાલેમ છોડીને મદુરાવોયાલ રહેવા પહોંચી ગયાં. હવે રોનાલ્ડે નવો બિઝનેસ શરૂ કર્યો. આ ધંધો ઑનલાઇન ચોખા અને દાળ વેચવાનો હતો. આમાં તેણે બે ભાગીદાર ઉમાચંદ્ર અને પ્રિન્સનને સાથે રાખ્યા, પરંતુ પીટરનું નસીબ હજી ઊંઘતું હતું. ઑનલાઇન બિઝનેસના ધંધામાં પણ ભારે ખોટનું મોઢું જોવાનો જ વારો આવ્યો. આને લીધે ઉમાચંદ્રન અને પ્રિન્સન પોતે કરેલું રોકાણ પાછું માંગવા માંડ્યા.

ભાગીદારોને પૈસા પાછા આપવાના મામલામાં પીટરે સાવ હાથ ઊંચા કરી

દીધા. સામે પક્ષે ઉમાચંદ્રન અને પ્રિન્સન પણ ગાંજ્યા જાય એવા નહોતા. તેઓ રીતસરના પાછળ પડી ગયા કે ગમે તે કર, પણ અમારા પૈસા પાછા આપ ને આપ જ. બંને સતત દબાણ વધારતા ગયા.

આ આર્થિક મુસીબતમાંથી છૂટવા માટે પીટર હવાતિયાં મારવા માંડ્યો. એવું શું કરવું કે જે ચાલે જ અને નફો પણ નક્કી. આમાં એને અત્યંત જોખમી અને હટકે ધંધો મળ્યો પોર્નોગ્રાફી ફિલ્મ બનાવવાનો.

દક્ષિણ ભારતનો પોર્નોગ્રાફી ફિલ્મ ઉદ્યોગ દૂઝતી ગાય જેવો છે. પીટરના મનમાં ઘડ બેસી ગઈ કે પોર્નોગ્રાફી ફિલ્મથી આપણું દાળદર ફીટી જશે અને ચોક્કસ સારા દિવસો આવવાના જ. પીટરે પત્ની શ્રુતિને આ આઇડિયા જણાવ્યો. એટલું જ નહીં, તેણે આગ્રહ કર્યો કે શ્રુતિ હોમ-પ્રોડક્શનની પોર્નો ફિલ્મમાં કામ કરે. આ માટે ગ્રૂપ સેક્સનો સીન પણ પ્લાન કરી રખાયો હતો.

શ્રુતિને એક્ટિંગમાં રસ હતો. ફિલ્મમાં નાના-નાના રોલ અને આઇટમ સોંગ કર્યાં હતાં. પણ પોર્નોગ્રાફી ફિલ્મમાં કામ કરવાનું? ખુદ પોતાનો પતિ એમ કરવાનું કહે છે?! શ્રુતિને કાન પર વિશ્વાસ જ ન બેઠો. શ્રુતિએ ધારણા મુજબનો જ જવાબ આપ્યો : ના, હું પોર્નો ફિલ્મમાં કામ નહીં કરું. કોઈ સંજોગોમાં મને આ સ્વીકાર્ય નથી.

એક પછી એક ધંધાની નિષ્ફળતા. વધતી ખોટ. બંને પાર્ટનરનું 'લાવ લાવ'નું પ્રેશર. આવા આશાના કિરણ સમાન એક સોનાના ઈંડાં આપતી મરઘી જેવો ધંધો દેખાયો અને પત્ની જ સાથ ન આપે? એમ કેમ ચાલે? નહીં જ ચાલે. પીટર પત્નીને મનાવતો, પટાવતો રહ્યો, દબાણ લાવતો રહ્યો. એને ગળા સુધી ખાતરી હતી કે આજે નહીં તો કાલે શ્રુતિ ડાર્લિંગ માનવાની જ.

આ મનામણા-મક્કમતા સામસામે બાખડતાં હતાં, ત્યારે જ પીટરને બેંગલુરુ જવાનું થયું. શ્રુતિ હવે ગળા સુધી આવી ગઈ હતી. આ પોર્ન ફિલ્મના નરકમાંથી છૂટવાનો એક માર્ગ દેખાયો. શ્રુતિ ચંદ્રલેખાનું દિમાગ કામે લાગી ગયું. તેણે પીટરના બંને જૂના પાર્ટનરને બોલાવ્યા. ઉમાચંદ્રન અને પ્રિન્સનને બે વાતે ગુસ્સો હતો. એક પીટરે છેતરપિંડી કરીને પોતાના પૈસા રાખી લીધા હતા. બે, હવે ધંધો સારો ચાલવા છતાં પીટર પૈસા આપવાનું નામ લેતો નથી.

શ્રુતિ, ઉમાચંદ્રન અને પ્રિન્સને લાંબીલચક ચર્ચાને અંતે નક્કી કર્યું કે...

શ્રુતિ ચંદ્રલેખાએ પીટરને પોતાના ઘરે મદુરાવાત્યાલ બોલાવ્યો. મદ્યપાનની જયાફત શરૂ થઈ. આમાં દારૂ સાથે શ્રુતિએ પીટરને ઝેર પીવડાવી દીધું. દારૂ અને ઝેર સાથે કોણ પચાવી શકે? પીટર ગડથોલિયાં ખાવા માંડ્યો. અસ્વસ્થ થઈ ગયો. અગાઉથી નક્કી કર્યા મુજબ ઉમાચંદ્રન અને પ્રિન્સન ત્યાં ધસી

આવ્યા. આ બંને આંખમાં ખુન્નસ અને મગજ પર વેર વાળવાના ભૂત ઉપરાંત ખાસ મિત્રો ગાંધીમથીનાથન, વિજય, વિનોદ, નિર્મલ, એલીસા અને રફીકને પણ લાવ્યા હતા. પ્રિન્સન અને ઉમાચંદ્રને મળીને પીટરનું ગળું દબાવી દીધું. પત્નીની નજર સામે પતિને પતાવી નાખ્યો. અગાઉના પ્લાન મુજબ લાશને કારમાં નાખીને પાલાયકોટ્ટાઈ લઈ જઈને દફનાવી દીધી.

એક પ્રકરણ બંધ કર્યાના સંતોષ સાથે બધા પીટરના ઘરે ગયા. ઘરમાંથી ૭૫ લાખ રોકડા અને બીજી મૂલ્યવાન ચીજવસ્તુઓ ઉપાડીને બધા રવાના થઈ ગયા. રોનાલ્ડ પીટર પ્રીન્ઝોની હત્યા થઈ એ દિવસ હતો ૨૦૧૪ની ૧૮મી જાન્યુઆરી.

પીટરનો ભાઈ જસ્ટિન પણ મૂંઝવણમાં હતો કે માય ડિયર બ્રધર દેખાતો કેમ નથી? લગભગ પંદરેક દિવસ બાદ શ્રુતિ ચંદ્રલેખાએ પોલીસમાં ફરિયાદ નોંધાવી કે સર, મારો પતિ લાપતા છે. પ્લીઝ, ગમેતેમ કરીને એને શોધી લાવો.

બીજી તરફ જસ્ટીને પોતાના ભાઈની ગાડીમાં પ્રિન્સનને ફરતો જોયો. પીટરની ગાડી પ્રિન્સન પાસે છે, તો પીટર ક્યાં? જસ્ટીને પણ ભાઈના ગુમ થવામાં પ્રિન્સનનો હાથ હોવાની શંકા વ્યક્ત કરતી ફરિયાદ પોલીસમાં લખાવી.

પીટરને શોધવા અંધારામાં ફાંફાં મારતી પોલીસને પહેલી કડી મળી. પોલીસે ૧૦મી મેના રોજ પ્રિન્સન અને તેના મિત્રોને જબ્બે કરી લીધા. વર્દીધારીઓની ‘મહેમાનગતિ’ સામે પ્રિન્સન ઢીલો પડી ગયો. પોલીસને આખેઆખા ષડયંત્રની જાણકારી મળી ગઈ, પરંતુ પોલીસ કંઈ કરે એ પૂર્વે ચાલાક શ્રુતિ ચંદ્રલેખા અને અન્ય આરોપીઓ ભાગીને પોતાપોતાના દરમાં સંતાઈ ગયા. બે દિવસ બાદ પ્રિન્સને બતાવેલા સ્થળેથી પોલીસે પીટરની લાશ ખોદી કાઢી. એક-એક વાતના અંકોડા ગોઠવાતા હતા. હવે પોલીસને એક જ સવાલ સતાવતો હતો કે આ મર્ડર મિસ્ટરીની મુખ્ય ખલનાયિકા ક્યાં છે? પોલીસ ટીમ અને ખબરીઓની ફોજ કામે લાગી ગઈ, પણ કોઈ સગડ હાથ લાગતા નહોતા.

૩૫ વર્ષના રોનાલ્ડ પીટર પ્રીન્ઝોના ખૂન કેસમાં એની ૨૨ વર્ષની ગ્લેમરસ પત્ની શ્રુતિ ચંદ્રલેખા મોસ્ટ વૉન્ટેડ હતી. એના વગર કેસ ઉકેલાયાનો સંતોષ ન થાય, એવા વસવસા સાથે પોલીસ હાથ મસળીને બેસી રહી હતી.

કેલેન્ડરના ડટ્ટાના વધુ ને વધુ પાના અલવિદા કહી રહ્યાં હતાં, ત્યાં એક કડી મળી. પોલીસ શક્ય બધી જગ્યાએ શ્રુતિનું પગેરુ દબાવતાં-દબાવતાં સપ્ટેમ્બરમાં પહોંચી ગઈ બેંગલુરુ. આ ગાર્ડન સિટીમાં પોલીસે શ્રુતિને પકડી લીધી. પતિના ખૂનના આઠ મહિના બાદ મુખ્ય આરોપી તરીકે યુવાન એક્ટ્રેસ પત્નીની ધરપકડ થઈ અને શ્રુતિ ચંદ્રલેખા અખબારોના પહેલે પાને ચમકી ગઈ – ફોટા સાથે.

પોલીસે કરેલા દાવા મુજબ શ્રુતિએ પોતાનો ગુનો કબૂલી લીધો છે. તેણે

તરત જ કબૂલાત કરી કે પોર્નોગ્રાફી ફિલ્મમાં ગ્રૂપ સેક્સ માટે દબાણ લાવનારા પીટરનું કાસળ કાઢી નાખવા પાછળ હું જ માસ્ટરમાઇન્ડ છું.

પોલીસે તરત શ્રુતિ ચંદ્રલેખાને સ્થાનિક કોર્ટમાં હાજર કરીને રિમાન્ડ મેળવી લીધા. ત્યારે આ સનસનીખેજ મામલામાં મહત્ત્વના આરોપી અને ઘાતકી ભાગીદાર ઉમાચંદ્રન અને તેના સાથી એલીસા, વિનોદ અને નિર્મલ પોલીસને હાથે લાગ્યા નહોતા.

જેલના સળિયા ગણાવાને લીધે સમાચારમાં આવેલી શ્રુતિ ચંદ્રલેખા વિશે લોકો પાસે વધુ જાણકારી નહોતી. પોતાની કન્નડ ફિલ્મ 'દેવનહલ્લી'માં આઇટમ સોંગ કરનારી શ્રુતિ વિશે દિગ્દર્શક પલ્લાકી રાધાકૃષ્ણનું કહેવું છે કે, મને એના બૅકગ્રાઉન્ડની તો ઝાઝી ખબર નથી. આઇટમ સૉન્ગ માટે છોકરી શોધતી વખતે શ્રુતિ યોગ્ય લાગી હતી, જોકે પલ્લાકી તો શ્રુતિને લતા તરીકે ઓળખતા હતા!

*

# ૫

# ખાસ સખીની દુશ્મની : દિલ, દોસ્તી ઔર...

**ફેસબૂક** પર હજારો મિત્રો હોય. આમાંથી મોટાભાગનાને ક્યારેય ન જોયા હોય કે ન ક્યારેય મળ્યા હોય, પછી ઓળખવાનો સવાલ ક્યાંથી આવે? અને ભવિષ્યમાં આ ફ્રેન્ડ્સને મળવાની શક્યતા પણ કેટલી? આજકાલ આવા સમંદર પારના કે નિતનવી જગ્યાના અજાણ્યા ફ્રેન્ડ્સ સાથે કલાકો ગુજારાય છે ત્યારે પરિવારજનો, પોતીકાઓ અને રિયલ લાઇફ મિત્રોની ઘોર અવગણના થાય છે. આ અત્યંત ચિંતાપ્રેરક સીનારિયો છે. આ ફિકરમાં વધારો કરાવતી એક ઘટના અત્યંત આઘાતજનક છે. આમાં બંને મુખ્ય પાત્રોની ઉંમર આપણને સૌને હચમચાવીને જાગતા કરી દેવા માટે પૂરતી છે, જો જાગવું હોય તો.

ઘટના છે ૨૦૧૪ની ૧૯મી માર્ચની. પશ્ચિમ મેક્સિકોના ગુઆમુચીલમાં રહે બે કિશોરી. એક ૧૬ વર્ષની એનેલ બીઝ. બીજી ઈરાંડી એલિઝાબેથ ગુટીરેઝ પણ ૧૬ વર્ષની. સખીપણાં એટલાં ગાઢ કે એકમેક બીજાને ‘બહેન’ સુધ્ધાં કહે. એનેલ અને ઈરાંડી એક જ સ્કૂલની સ્ટુડન્ટ્સ. એકમેકને ઘરે પણ આવરોજાવરો. બોલીવૂડની બાનીમાં કહી શકાય : દો જિસ્મ એક જાન.

વધુ પડતી નિકટતા ક્યારેક ખૂબ દૂર દૂર ફંગોળી દેવામાં નિમિત્ત બનતી હોય છે. એવું જ કંઈક એનેલ અને ઈરાંડીના મામલામાં બનવાનું હતું. જેની કોઈને જાણ નહોતી.

બંનેના સંબંધ વણસાવવામાં નિમિત્ત બની ફેસબૂક. ફેસબૂક પર એનેલે બંને સખીના નગ્ન ફોટા મૂકી દીધા. આનાથી ઈરાંડીને ખૂબ ગુસ્સો આવ્યો. એ સમસમીને રહી ગઈ, પણ મન-મગજ પરથી આ અપમાન કબજો છોડતું નહોતું.

હજી ૨૦૧૨ની ૧૫મી ઑક્ટોબરના રોજ ઈરાંડીના ફેસબૂક પેજ પર બંને સહેલીઓને કેમેરા સામે સ્માઇલ આપતો ફોટો મુકાયો હતો. જેને ૩૫૦૦થી વધુ ‘લાઇક’ મળી હતી. આમાં એનેલે સ્પેનિશ ભાષામાં મૅસેજ મૂક્યો હતો,

જેનો ભાવાનુવાદ કંઈક આવો થાય : 'આઈ લવ યુ... તું મારી પ્રિય બહેન છો... મને ઉશ્કેરે એવી ગાંડપણ/ઘેલછાની ક્ષણ માટે આભાર... તેં મને આપેલ હસવાના મોકા બદલ આભાર અને તારી સાથે ક્રેઝી-ગાંડપણભર્યું કરવાની ઇચ્છા જગાવવા બદલ આભાર...'

પરંતુ ફેસબૂક પર નેકેડ સેલ્ફીઝ પ્રગટ થયા પછી ઈરાંડી માટે ખાસ સખી બની ગઈ ભૂતપૂર્વ સહેલી અને જાની દુશ્મન. તેણે ૨૦૧૩ના ફેબ્રુઆરી અંતમાં જ એનેલને ધમકી આપી. આ ભયંકર ધમકી પણ પાછી મોઢામોઢ કે ફોન પર આપવાને બદલે ટ્વિટર પર મૂકી કે, 'હું એકદમ શાંત પડી ગઈ છું એવું ભલે લાગતું હોય, પરંતુ મનોમન તો મેં ત્રણેક વખત તને મારી નાખી છે.' ઈરાંડીએ શબ્દો ચોર્યા વગર બિનધાસ્ત લખી નાંખ્યું : 'આ વર્ષના અંત સુધી તું જીવી જાય તો નસીબદાર!'

આ બધું વાંચતાં-વાંચતાં 'સંગમ'નું ગીત 'દોસ્ત દોસ્ત ના રહા, પ્યાર પ્યાર ન રહા... જિંદગી હમેં તેરા ઐતબાર ન રહા...' યાદ આવે, પણ એક મિનિટ, દોસ્તીની તિરાડ પર રેણ કરવાની શક્યતા ઊભી થઈ.

એનેલ બીઝે પોતાની એક સમયની વ્હાલી સખી ઈરાંડી એલિઝાબેથ ગુટીરેઝને ઘરે બોલાવી : પ્લીઝ, મારા ઘરે આવી જા, આપણે સમાધાન કરી લઈએ, યાર. ઈરાંડીએ આવતાવેંત પૂછ્યું કે, કેન આઈ યુઝ યૉર બાથરૂમ? બાથરૂમ વાપરવાની ઔપચારિક મંજૂરી લઈને એ બાથરૂમમાં જવાને બદલે કિચનમાં પહોંચી ગઈ. ત્યાંથી એક છરી ઉપાડી લીધી. પછી ઈરાંડી એલિઝાબેથ ગુટીરેઝની નસનસમાં ખુન્નસનાં ઘોડાપૂર ઊમટી પડ્યાં. કંઈ જોયા વિચાર્યા વગર તેણે એનેલ બીઝ પર ચાકુથી હુમલો કર્યો. એકદમ ઝનૂનપૂર્વક તે ધડાધડ ચાકુના ઘા મારતી જ રહી, મારતી જ રહી. અત્યંત ક્રૂરતાપૂર્વક, પશુ કે જંગલીને પણ શરમાવે એમ, ૬૫-૬૫ ઘા ઝીંક્યા બાદ શાંત પડી. એની ખાસ ફ્રેન્ડ કહો તો ખાસ ફ્રેન્ડ અને બહેન કહો તો બહેન, લોહીના ખાબોચિયામાં તરફડતી હતી. કદાચ છેલ્લા શ્વાસ ચાલતા હશે કે એ પણ પૂરા થઈ ચૂક્યાં હતાં.

જૂની દોસ્તીને નવજીવન આપવા માટે લંબાવાયેલો હાથ એકદમ નિશ્ચેત બનીને લોહીના ખાબોચિયામાં પડ્યો હતો, પરંતુ તરત જ સ્વસ્થ બની ગયેલી ઈરાંડી ગુટીરેઝ એનેલના ઘરેથી નીકળી ગઈ.

પોતાને શંકાથી દૂર રાખવા માટે એનેલ બીઝ માટે સાચાં આંસુ સારનારા દોસ્તોના જૂથમાં ઈરાંડી પણ જોડાઈ ગઈ અને મગરનાં આંસુ પાડવા માંડી.

સોળ વરસની કિશોરી એનેલ બીઝનું કમકમાટીભર્યું મોત અને ભયંકર મર્ડર કંઈ પોલીસને શાંતિથી ઝંપવા દે. પોલીસ પોતાની તપાસમાં લાગી ગઈ.

પૂછપરછ કરવા માંડી. આ બાજુ એનેલના ખરેખર શોકાતુર મિત્રો સાથે ઈરાંડી પણ સખીની અંતિમયાત્રામાં પહોંચી ગઈ અને અહીં જ પોલીસે એનેલ બીઝ (ઉં.વ. ૧૬)ની ઘાતકી હત્યાના આરોપસર ઈરાંડી એલિઝાબેથ ગુટીરેઝ (ઉં.વ. ૧૬)ની ધરપકડ કરી એવી અખબારી યાદીએ ભયંકર સનસનાટી મચાવી દીધી.

સંબંધ બાંધવા-વધારવા માટેની અત્યંત લોકપ્રિય સોશિયલ નેટવર્કિંગ વેબસાઇટે બે જિગરી સખીને જાનીદુશ્મન બનાવી દીધી. કિશોરાવસ્થામાં સજોડે નગ્ન તસવીરો પણ ઘણું કહી જાય. એમાંય ફ્રેન્ડ એ પણ સાવ કાચી ઉંમરની છોકરી ચાકુના ૬૫-૬૫ ઘા ઝીંકીને હત્યા કરી નાંખે, માની ન જ શકાય. પણ આ જીવલેણ હકીકતને ક્યાં પુરાવાની જરૂર હતી?

ઈરાંડી પર હત્યા બદલ કામ ચલાવાય અને આરોપ સાબિત થાય તો પણ મેક્સિકોના કાયદા મુજબ સગીર વયના આરોપી તરીકે તેને માત્ર સાત વર્ષની સજા થઈ શકે.

પોલીસની કામગીરી અને કાનૂની કાર્યવાહી તો ચાલી, પણ સમાજ એકદમ સ્તબ્ધ થઈ ગયો. ભવિષ્યમાં આવી ઘટના ન બને એની તકેદારી રાખવાના પ્રયાસો તાત્કાલિક હાથ ધરાઈ ગયા.

એનેલ-ઈરાંડીની સ્કૂલમાં આવી કરુણાંતિકા રોકવાના પ્રયાસરૂપે લેક્ચર અને સેમિનાર યોજવા માંડ્યા. ચર્ચામાં પણ થેરેપી સેશન્સ યોજાવા લાગ્યા, આ લેક્ચર, સેમિનાર અને થેરેપી સેશન્સનો મુખ્ય સૂર કિશોર-કિશોરીઓને સાંત્વના, હૈયાધારણ આપવાનો હતો કે, 'આવી વિકટ ઘડીમાં અમે તમારા ક્રોધ અને વેદનામાં ભાગીદાર છીએ. આવી કડવાશભરી ઘડીઓમાંથી બહાર આવવામાં તમારા પ્રયાસોમાં અમે પણ જોડાઈશું. તમે એકલા નથી જ.'

આ ઘટના વિશે વાંચીને ૨૦૦૭ની ફિલ્મ 'દિલ દોસ્તી એટસેસ્ટ્રા' (દિગ્દર્શક મનીષ તિવારી) યાદ આવી જાય. એ ૨૦૦૭ની ભારતીય દોસ્તી હતી. પણ ૨૦૧૪ની મેક્સિન ફ્રેન્ડશિપનું ભારતમાં પુનરાવર્તન રોકવા માટે આપણે શું કરવું જોઈએ?

જોકે સર્જેલા વિખવાદને પગલે હત્યા થઈ હોય એવો આ પહેલવહેલો બનાવ નથી. ૨૦૧૧ની સપ્ટેમ્બરમાં મેક્સિકોની જ સરહદ પર આવેલા શહેર નુવો લારેડોમાં એક મહિલાની માથા વગરની લાશ મળી હતી. પોલીસે શોધી કહ્યું કે, સોશિયલ નેટવર્કિંગ સાઇટ પર કરેલી પોસ્ટનું વેર વાળવા માટે મૃતક મહિલાના મસ્તકને ધડથી અલગ કરી નખાયું હતું. ૨૦૦૯ના એપ્રિલમાં એક પ્રણયત્રિકોણનો લોહિયાળ અંજામ આવ્યો હતો. રિચેલ વેડ (ઉં.વ. ૧૯) અને સારાહ લુડમાજ (ઉં.વ. ૧૮) એક જ છોકરા સાથે ડેટિંગ કરતી હતી. આનો

ઊભરો બંને ફેસબૂક પર ઠાલવતી હતી. એકાદ વર્ષ બંને ફેસબૂક પર એકમેક માટે નફરતની આગ ઓકતી રહી અને રાચેલે છરી મારીને 'સૌતન' સારાહને પ્રેમ-સ્પર્ધા (?)માંથી કાયમ માટે દૂર કરી નાખી!

*

# ૬

# એ જ મહિલા એ જ રિવૉલ્વર : બીસ સાલ બાદ

**મેલોડ્રામામાં** પણ ક્યારેય જોવા ન મળે એવું પાત્ર છે લીન્ડા કુની. અત્યારે ૨૦૨૩માં ૭૫ વર્ષની થયેલી લીન્ડા એક સમયે અમેરિકાના પ્રચાર-પ્રસાર માધ્યમોમાં છવાયેલી હતી. આ માટેના કારણો એવાં છે કે કોઈને પસંદ ન પડે. ગમે તેટલી પબ્લિસિટી મળે છતાં કોઈ આવાં કારણસર સ્ટાર બનવાનું પસંદ ન કરે.

લા વેગાની લીન્ડા કુની સામે કોર્ટમાં ખટલો શરૂ થવાનો છે. કેસ હતો હત્યાના પ્રયાસોનો અને મર્ડર કરવાની કોશિશ પણ કોઈ જેવાતેવાની નહીં, સગા પુત્રની. જનની જન્મદાત્રીમાંથી યમરાજની લેડી એજન્ટ બનતાં કેવી રીતે બચી ગઈ એ જાણીએ.

લીન્ડા કુની પર આરોપ મુકાયો હતો કે તેણે ૨૦૧૧ના જૂન મહિનામાં પોતાના ૩૨ વર્ષીય પુત્ર કેવિન પર ગોળી છોડી હતી. મમ્મીએ ગોળી માર્યા બાદ કેવિન લીવિંગ રૂમમાં લોહીલુહાણ દશામાં પડ્યો હતો. ડોકમાં ઊડીને આંખે વળગે એવું કાણું ગોળીએ પાડી દીધું હતું. ગોળીથી થયેલી આ ઈજામાં કેવિનને જીવનભર લકવાગ્રસ્ત કરી નાખવાની તાકાત હતી.

એક માતાએ અને એ પણ આટલી મોટી ઉંમરની સ્ત્રીએ સગા પુત્રને ગોળી મારી! શા માટે! દીકરાની ગર્લફ્રેન્ડને લીધે. ગર્લફ્રેન્ડ કરીના ટેલર વિશે મા-દીકરા વચ્ચે ઉગ્ર તુતુ-મૈંમૈં થઈ અને પરિણામ ધડામ... ધડામ... ધડામ... કોર્ટની પ્રારંભિક જુબાનીમાં કેવિનની એ ભૂતપૂર્વ ગર્લફ્રેન્ડ ક્લોરીટા કેન્ડલે પણ વટાણા વેરી નાખ્યા કે લીન્ડા કુનીને અમારી સામે ઘણા વાંધા હતા. ક્લોરીટા કેન્ડેલે સાફ શબ્દોમાં જણાવ્યું કે કુનીએ મને 'રાં...' અને 'એશિયન પ્રોસ્ટિટ્યૂટ' જેવાં સંબોધન કર્યાં હતાં તથા પોતાના પુત્ર સાથેના મારા સંબંધ પર પૂર્ણવિરામ કરાવવાની મથામણ કરી હતી.

જોકે ખટલો શરૂ થયા પૂર્વે જુબાની નોંધવાની આ પ્રક્રિયા વખતે લીન્ડા કુની ખુશખુશાલ જોવા મળી હતી. પોતાની વિરુદ્ધ જુબાની નોંધાતી હતી ત્યારે હસતી હતી, જાણે કોઈ હોલીવૂડની કોઈ ફેન્ટાસ્ટિક કૉમેડી ફિલ્મનું શૂટિંગ જોઈ રહી હોય.

જજ એલિઝાબેથ ગોન્ઝાલેઝે એક મહત્ત્વપૂર્ણ નિર્ણય લેવાનો છે કે આ પુત્રની હત્યાના પ્રયાસના કેસની સુનાવણી વખતે લીન્ડા કુની વિરુદ્ધના વીસ વર્ષ જૂના કેસમાં રજૂ કરાયેલા પુરાવા-જુબાની નવી જ્યુરી સમક્ષ મૂકવા દેવા કે નહીં?

શું હતો એ વીસ વર્ષ જૂનો કેસ? લીન્ડા કુનીએ પોતાના ભૂતપૂર્વ પતિની ગોળી મારીને હત્યા કરી નાખી હતી. ભયંકર કડવાશભર્યા છૂટાછેડાના જંગ બાદ પોતે સ્વ-રક્ષણમાં ગોળી ચલાવ્યાનો લીન્ડા કુનીએ દાવો કર્યો હતો. લીન્ડાના કહેવા મુજબ પતિ જેમ્સ છરી લઈને આવ્યો એટલે પોતે જીવ બચાવવા ગોળી છોડવી પડી અને જેમ્સ ઈશુને વહાલો થઈ ગયો. આમ તો પામબીચ કાઉન્ટીના જાણીતા ટૅક્સ એટર્ની જેમ્સ કુનીએ આ ઘટનાના ચાર વર્ષ અગાઉ છૂટાછેડા લઈ લીધા હતા.

૧૯૯૨ના આ મર્ડર કેસમાં લીન્ડા કુનીએ વાપરેલી .૩૫૭ મેગ્નમ રિવૉલ્વરનો ઉપયોગ કર્યો હતો અને પુત્ર કેવિન પર તેણે એ જ રિવૉલ્વરમાંથી ગોળી છોડી હતી.

માજી પતિની હત્યા કર્યાના કેસમાંથી લીન્ડા કુનીનો વીસ વર્ષે છુટકારો થયો હતો. આ મુક્તિમાં પણ પુત્ર કેવિને જ મહત્ત્વનો ફાળો આપ્યો હતો.

શરૂઆતની જુબાનીમાં લીન્ડા કુનીએ દાવો કર્યો હતો કે હવે છ ફૂટ અને નવ ઇંચના મર્દ બની ગયેલા પુત્ર અને લોકલ ક્લબના બાઉન્સર એવા કેવિન કુનીએ ઉગ્ર દલીલબાજી દરમિયાન મારા પર હુમલો કર્યો હતો. કેવો યોગાનુયોગ? વીસ વર્ષ બાદ એ જ મહિલા, એ જ કારણ, એ જ રિવૉલ્વર... પણ પપ્પાની જેમ મરવાને બદલે દીકરો કેવિન જીવી ગયો. લીન્ડા કુની ભૂતપૂર્વ લીગલ સેક્રેટરી રહી ચૂકી છે એ જરાક જાણ ખાતર.

પપ્પાના મર્ડર વખતે કેવિન કુની માત્ર ૧૧ વર્ષનો હતો. શરૂઆતમાં કેવિને પોલીસને જણાવ્યું હતું કે, મેં પપ્પાને ફર્શ પર મૃત હાલતમાં જોયા ત્યારે તેમના હાથ ખાલી હતા – અર્થાત્ હાથમાં કંઈ જ નહોતું, પરંતુ ૧૯૯૩માં ફ્લોરિડાના પામબીચમાં યોજાયેલા ખટલામાં કેવિને અદાલતને જણાવ્યું કે, એ સમયે મારા પપ્પાના હાથમાં કદાચ કંઈક હોઈ શકે. આ 'કદાચ કંઈક હોઈ શકે.' શબ્દને પ્રતાપે લીન્ડા કુનીની સ્વબચાવમાં ગોળી છોડ્યાની દલીલને બળ મળ્યું અને એ છૂટી ગઈ.

લીન્ડા કુનીનું વ્યક્તિત્વ ઘણું અકળ છે, તો સમજવાનો પ્રયાસ કરીએ.? કેવિન પોતાની ગર્લફ્રેન્ડને ૨૦૦૯માં મળ્યો, પણ મમ્મીને કંઈ વાત જ ન કરી

બોલો. આ અંગે વર્ષોની તાણ બાદ થયેલી જોરદાર બોલાચાલી બાદ લીન્ડા કુનીએ 'સ્વ-બચાવ'માં દીકરાને ગોળી મારવી પડી. આ સ્ત્રી પુત્ર પરનો અંકુશ ગુમાવી બેસવાના ભયથી પીડાતી હશે?

ક્લોરીટા કેન્ડલે સત્તાધીશોને બધેબધું સાફ શબ્દોમાં જણાવી દીધું. મારા દોસ્તોએ સમજાવી હતી કે લીન્ડા કુનીને મળવાનું ટાળજે, તે સાવ પાગલ છે. એ સમસ્યા ઊભી જ કરશે અને અંતે લીન્ડા કુની અને ક્લોરીટા મળ્યાં, ત્યારે તણખા જ ઝર્યા. કુની સ્પષ્ટપણે આ સંબંધની વિરુદ્ધ હતી. કહેવાય છે કે, તેણે ક્લોરીટાને એમ.એમ.એસ. મોકલીને 'કપડાં ઉતારનારી', 'રૂપજીવિની' અને એવા અનેક અપશબ્દોથી નવાજી હતી. આટલેથી અટકીને ઘરે બેસી રહેવાને બદલે લીન્ડા તો ક્લોરીટા જ્યાં સેવાભાવથી કામ કરતી હતી એ કૅન્સર સંબંધી સામાજિક સંસ્થામાં પહોંચી ગઈ અને આક્ષેપો કર્યા કે ક્લોરીટા તો ગેરકાયદે પૈસાની હેરાફેરી કરે છે, માદક દ્રવ્યોનો ધંધો કરે છે. આને લીધે ક્લોરીટા તો થનારી સાસુજીના નામથી ફફડવા માંડી.

...અને ૨૦૧૧ની ૨૮મી જૂને મા-દીકરામાં બરાબરની જામી પડી. પોલીસને બે ફોન આવ્યા. એક ખુદ લીન્ડા કુનીનો અને બીજો કેવિનના નાના ભાઈ ક્રિસનો. પરંતુ આ બે ફોનની વચ્ચે લીન્ડા સગા દીકરા કેવિનને ગોળી મારી ચૂકી હતી. એ બંને ફોનની વિગતો જુઓ. ક્રિસે પોલીસને ફોન કરીને જણાવ્યું કે, મારા ભાઈએ મમ્મી પર હુમલો કર્યો અને મમ્મીએ તેને ગોળી મારી દીધી. પછી લીન્ડા કુનીએ ફોન કર્યો કે મારા દીકરાને (કોઈકે) ગરદનમાં ગોળી મારી છે. પોલીસ ઘટનાસ્થળે પહોંચી ત્યારે કેવિન નીચે પડ્યો હતો અને ગરદનની જમણી બાજુએ કપડું દબાવી રાખ્યું હતું. ગોળી કોણે મારી એમ પૂછવા છતાં કેવિન કંઈ ન બોલ્યો. તે આ ગોળી વાગવાને અકસ્માત જ ગણાવતો રહ્યો, ગોળી કોણે મારી એ વિશે લીન્ડાએ પણ હરફ સુધ્ધાં ન ઉચ્ચાર્યો. એક તબક્કે એનાથી જીભ કચરાઈ ગઈ : 'ગન... એ મારી ભૂલ છે, ભૂલ!'

આના પછી ૨૦૧૧ના નવેમ્બરમાં ક્રિસ ઘાયલ ભાઈને મળવા માટે હૉસ્પિટલ ગયો. ત્યારે પોતાના મોબાઇલ ફોનથી ક્રિસે કેવિનને મમ્મી સાથે વાત કરાવી. બંને વચ્ચે વાતચીત શું થઈ એ બહાર આવ્યું નથી, પણ પછીથી કેવિનનો સરકારી વકીલને મળતો સહકાર ઘટતો રહ્યો છે.

છેક ૨૦૨૨માં ૭૪ વર્ષની ઉંમરે કુનીએ દીકરા પર ગોળી છોડવાનો ગુનો સ્વીકારી લીધો. લકવાગ્રસ્ત કેવિન માંડ માંડ જીવતો હતો ત્યારે મમ્મી જીવનના નવા પ્રકરણની પ્રતીક્ષા કરતી હતી..

*

# ૭

# મિરાન્ડા બાર્બોટ : બ્યુટીફૂલ કંપેનિયન બની કાતિલ

**માત્ર** ત્રણ અઠવાડિયાં જૂના લગ્ન બાદ એકમેકની નિકટ આવવા યુગલે કર્યું કંઈક ભયંકર આયોજન અને...

બંને અમેરિકામાં રહે. ૧૮ વર્ષની મિરાન્ડા અને ૨૨ વર્ષનો એલેટ બાર્બોટ. ઘરનું ગુજરાન ચલાવે મિરાન્ડા. એ અખબારો અને વેબસાઇટમાં એડવર્ટાઇઝમેન્ટ આપીને પુરુષોને આહ્‌વાન આપે – પત્નીથી કંટાળેલા, ત્રાસેલા અને છૂટા પડી ગયેલા લોકો મારી સાથે વાતચીત કરીને હળવાશ અનુભવો.

આવી દરેક મીટિંગ દીઠ મિરાન્ડા બાર્બોટને ક્યારેક મળે ૫૦ ડૉલર, તો ક્યારેક આંકડો પહોંચે ૮૫૦ ડૉલર સુધી. આમાં સત્તાવારપણે તો હળવા મને વાતચીત કરવાથી લઈને, લાંબી લટાર મારવા અને સાથે શૉપિંગ કરવાના કામ આવે, પરંતુ આ શબ્દોની રંગોળીને ભ્રામક ગણાવતા મોટા ભાગના કહે અને માને કે આ કમ્પેનિયનશિપ તો સેક્સ પ્રવૃત્તિને અપાયેલું રૂપકડું નામ છે. જોકે મિરાન્ડા અને ખાસ તો એના પતિદેવ એલેટ દાવો કરે કે ના, ના, આમાં ક્યાંય સેક્સ આવતું જ નથી હો.

બાય ધ વે, મિરાન્ડા કેમિલે ડીન અને એલેટ બાર્બોટના લગ્નને હજી ત્રણ અઠવાડિયાં થયાં હતાં. બંને પરણ્યાં ૨૦૧૩ની ૨૨મી ઑક્ટોબરે. નૉર્થ કેરોલીનના ડુનમાં રહેતી વખતે બંને નજીક આવ્યાં હતાં. ત્યાંથી નાનકડા શહેર સેલિંગ્સગ્રોવમાં રહેવા આવેલા આ કપલને સૂઝ્યું કે, બંનેએ વધુ નિકટ લાવે એવું કોઈ સહિયારું કામ કર્યું હોત તો? ડેફિનેટલી નોટ અ બેડ આઇડિયા એટ ઑલ. બંનેએ પિકનિક પર જવાનું, ફિલ્મ જોવાનું, કેન્ડલ લાઇટ ડિનર માણવાનું, સ્વિટ્ઝર્લૅન્ડ જવાનું કે નદીકિનારે જવાને બદલે એકદમ હટકે જ વિચાર્યું.

મિરાન્ડા બાર્બોટે ૨૦૧૩ની પહેલી નવેમ્બરે 'ક્રેગ્સલિસ્ટ'માં ઑનલાઇન

જાહેરખબર આપી કે, 'પત્નીને ધિક્કારનારા પુરુષ માટે બ્યુટીફૂલ-યંગ કમ્પેનિયન ઉપલબ્ધ છે. સેવા મળશે માત્ર હળવાશ-મજાકભર્યા વાર્તાલાપની.'

૨૦૧૩ની ૧૧મી નવેમ્બરે આ જાહેરખબરના પ્રતિસાદમાં 'હળવાશ-મજાકભર્યા વાર્તાલાપ'ની સેવા મેળવવા આગળ આવ્યો ટ્રૉય લાફેરારા. ૪૨ વર્ષના લાફેરારાને મિરાન્ડાએ પેનિસિલવાનિયાના એક મોલના પાર્કિંગ સ્ટોલમાં મળવા બોલાવ્યો. બધી શરતો અને પેમેન્ટનું નક્કી કરીને બંને ફિલાડેલ્ફિયાથી ૧૦૦ કિલોમીટર નજીક આવેલા નાનકડા શહેર સનબરી પહોંચ્યાં. આ 'હળવાશ-મજાકભર્યા વાર્તાલાપ' માટેનો પ્રવાસ કરવા મિરાન્ડા લાવી હતી પોતાની કાર હોન્ડા સીઆરવી. પ્રવાસ શરૂ થતાવેંત જ મિરાન્ડાએ 'હળવાશભર્યા-મજાકભર્યા વાર્તાલાપ'ની શરૂઆત કરતાં કહ્યું, 'હું આજે જ સોળ વર્ષની થઈ.' સામેથી વિચિત્ર જવાબ મળ્યો : 'આઈ ડોન્ટ કેર.' મને ખબર જ હતી આ વાતની. લાલ રંગની કાર આગળ વધી રહી હતી. અચાનક મિરાન્ડાએ પૂછ્યું : 'ડિડ યુ સી ધ સ્ટાર્સ ટુનાઇટ? શું આજે રાતે તેં તારા જોયા?' જેવો સરળ સવાલ શા માટે પુછાયો એ ટ્રૉય લેફરારા સમજે એ પહેલાં મિરાન્ડાએ ફરી પૂછ્યું : 'ડીડ યુ સી ધ સ્ટાર્સ ટુનાઇટ?' હવે લેફરારા જેટલા મૂંઝાવાનો વારો હતો મિરાન્ડાનો.

હકીકતમાં આ સવાલ 'ડીડ યુ સી ધ સ્ટાર્સ ટુનાઇટ?' સંકેત હતો, પરંતુ આ ઇશારાનો ઇચ્છિત પ્રતિસાદ ન મળતાં ખુદ મિરાન્ડા સક્રિય થઈ. આ સાથે જ તેણે વિચિત્ર રીતે પોતાનો પગ જોરથી પછાડ્યો. આ સાથે જ કારની પાછળની સીટમાં ધાબળા નીચે સંતાયેલો એલેટ બાર્બોટ ઊભો થયો. એક શેતાન આળસ મરડીને ત્રાટકે એમ તેણે લાફેરારાના ગળામાં વાયર ભરાવીને બે છેડા ખેંચવાનું શરૂ કરી દીધું, પરંતુ ગળું દબાવવાની આ ચેષ્ટા છતાં ટ્રૉય ગાંજ્યો જાય એમ નહોતો. મામલો કાબૂ બહાર નીકળતો જતો હતો. અચાનક મિરાન્ડાએ છરી કાઢી અને ટ્રૉય લાફેરારાને મારવા માંડી. એક, બે, ત્રણ... જોશમાં ને જોશમાં વીસ ઘા ઝીંકી દીધા. ટ્રૉય લાફેરારાના શરીરે આખરી શ્વાસને અલવિદા કરી દીધા. આ સાથે જ નવદંપતીએ મૃતકનાં ગજવાં પર હાથની સફાઈ કરીને પાકીટ કાઢી લીધું. પછી બંનેએ લાફેરારાના શબને સનબરીના રહેવાસી વિસ્તારના પછવાડામાં ફગાવી દીધું.

હવે બંને પહોંચ્યાં નજીકના મૉલ વૉલમાર્ટમાં. અહીંથી બંનેએ સાફસફાઈની સામગ્રી ખરીદી : બ્લીચ પેપર, ટુવાલ, ડાઘ સાફ કરતું રસાયણ વગેરે. આની મદદથી બંનેએ ગાડીમાંથી લોહીના ડાઘ સાફ કરી નાખ્યા. હોન્ડા સીટી એકદમ ચમકતી થઈ ગઈ એટલે બંનેએ એકમેક સામે જોયું. કાતિલ સ્મિતની આપ-લે કરી અને ફરી ગાડી મારી મૂકી.

આટલી મહેનત અને ઉત્તેજના પછી થાક લાગવો સ્વાભાવિક હતો. મિરાન્ડા

અને એલેટ બાર્બોટને ભૂખ પણ એકદમ કકડીને લાગી હતી, પરંતુ ડિનર સાથે થોડીઘણી મસ્તી થઈ જાય એટલે પતિને લઈ ગઈ સ્ટ્રીપ ક્લબમાં. બંનેએ પહેલું ડ્રિન્ક હાથમાં લીધું. બેઉના ચહેરા પર સંતોષ હતો. મિરાન્ડા પેગ હાથમાં લઈને એલેટના મુખ સુધી લઈ જઈને એકદમ ભાવસભર અવાજમાં બોલી, 'હેપી બર્થ-ડે ડિયર હસબન્ડ.'

*

૨૦૧૩ની ૧૨મી નવેમ્બરે અમેરિકાની સનબરીના રહેવાસી વસાહતમાંથી નધણિયાતી લાશ મળી. ૪૨ વર્ષના ટ્રૉય લાફેરારાની ઘાતકી રીતે હત્યા થયાનું દીવા જેમ સ્પષ્ટ હતું. સ્વાભાવિકપણે જ પોલીસ એકદમ દોડતી થઈ ગઈ.

આ તરફ મિરાન્ડા બાર્બોટ અને એલેટ બાર્બોટે એકદમ નૉર્મલ જિંદગી શરૂ કરી દીધી. જાણે ન કંઈ બન્યું હોય કે ન પોતે કંઈ કર્યું હોય. મિરાન્ડા અને એલેટ સાથે મળીને મર્ડર કરવાનું ક્યારનુંય વિચારતાં હતાં, પણ મેળ ખાતો જ નહોતો. લાફેરારાની બંનેએ મળીને સફળતાપૂર્વક કરેલી હત્યાને પગલે મિરાન્ડાએ પોતે આજકાલ ખુશખુશાલ હોવાનું સ્ટેટસ ફેસબૂક પર મૂક્યું. ૧૯મી નવેમ્બરે તેણે પોતાની મોંઘીદાટ વેડિંગ રિંગનો ફોટો ફેસબૂક પર બધા સાથે શેર કર્યો. ૨૬મી નવેમ્બરે મિરાન્ડાએ ફેસબૂક પર પોતાના સાથી માટે થેન્ક્સગીવિંગ ડિનર બનાવવામાં પોતાની ઇજ્જતના ફાલુદા અને ફજેતા વિશે રમૂજ કરી.

આની વચ્ચે સનબરી પોલીસ એક-એક કડી અને સંકેતના જોરે ટ્રૉય લાફેરારાના મર્ડર કેસની તપાસમાં આગળ વધતી હતી. આમાં સૌથી મહત્ત્વની દિશા બતાવી લાફેરારાના મોબાઇલ ફોને. આ ફોનમાં મિરાન્ડા બાર્બોટના એસએમએસ હતા. આના આધારે પોલીસ માટે મિરાન્ડા સુધી પહોંચવાનું મુશ્કેલ ન હતું.

...અને ત્રીજી ડિસેમ્બરે પોલીસ પહોંચી ગઈ, મિરાન્ડા બાર્બોટના ઘરે. ગુનેગારોની જેમ શરૂઆતમાં તો બાર્બોટ દંપતીએ ટ્રૉય લાફેરારાને ઓળખવાનો જ સ્પષ્ટ નનૈયો ભણી દીધો, છતાં એ દિવસે મિરાન્ડાની ધરપકડ તો થઈ જ. પોલીસ તપાસમાં એ પણ બહાર આવ્યું કે મૃતકના મોબાઇલ પર આવેલો અંતિમ ફોન આરોપી મિરાન્ડા બાર્બોટનો હતો.

એટલે બાર્બોટે એક વાતની રઢ પકડી રાખી કે મારી પત્ની કંઈ સેક્સ-વર્કર નથી. રૂપજીવિની નથી. એ તો પુરુષોને માત્ર 'આનંદભર્યા વાર્તાલાપ' માટે જ મળે છે. એલેટે કહ્યું કે, ભાંગી પડેલા લગ્નવાળા પુરુષો કે જીવનમાં જીવવા જેવું કંઈ બચ્યું ન હોય એવા પુરુષોને માનસિક રાહત મળે એ માટે વાતચીત કરવા

પૂરતી જ મિરાન્ડા તેમને મળતી હતી, પરંતુ મિરાન્ડાએ વટાણા વેરી નાખ્યા કે, પોતે લાફેરારા સાથે ૧૦૦ ડૉલરમાં સેક્સ સેવા આપવાનો સોદો કર્યો હતો.

જો કે મિરાન્ડા અને એલેટ બંનેએ મનુષ્યવધ અને અન્ય આરોપોમાં પોતે ગુનેગાર ન હોવાનું કોરસ ચાલુ રાખ્યું. આ સાથે જ સરકારી વકીલે ખુલ્લેઆમ જાહેરાત કરી કે ટ્રૉય લાફેરારા મર્ડર કેસમાં પોતે ફાંસીની સજા માટે આગ્રહ રાખશે.

૪૨ વર્ષના ટ્રૉય લાફેરારા સમયે ઘરે ન પહોંચ્યો એટલે એની ૩૨ વર્ષની પત્ની કોલીન પર શું વીતી હશે? કોલીન કહે છે : 'રાતે એકાદ વાગ્યા સુધી મેં કંઈ ન વિચાર્યું, કારણ કે એ ઘણી વાર મિત્રો સાથે મોડે સુધી ગપ્પાં મારતો હોય છે, પરંતુ ત્રણ વાગ્યે મને લાગ્યું કે કંઈક ખોટું થયું છે. એટલે હું એને શોધવા બહાર નીકળી, પણ નિષ્ફળ ગઈ. એ પછીના ત્રણ કલાક મારા જીવનનાં પ્રતીક્ષાનો સૌથી લાંબો કાળ હતો. સવારે મેં પોલીસને મારા પતિ લાપતા હોવાની જાણ કરી.'

ટ્રૉયના મોતની જાણકારી મળ્યા બાદ કોલીને પોલીસને શક્ય એટલી મદદ કરી. ટ્રૉય-કોલીન ઑનલાઇન મળ્યાં હતાં. કોલીન કહે છે કે, 'અમારી વચ્ચે ઉંમરમાં દસ વર્ષનો ફરક હતો, પણ એ મારા માટે યોગ્ય પુરુષ હતો. ખૂબ જ પ્રેમાળ હતો. મને ઉંમરમાં મોટો અને વધુ પરિપક્વ પુરુષ જ જોઈતો હતો. ટ્રૉયને મળવાથી વધુ સારું નસીબ ન હોઈ શકે.'

ટ્રૉય શિકારનો શોખીન હતો અને રાંધવામાં એકદમ 'ઢ' હતો. સંભારણાં સંભળાવતા કોલીન કહે છે કે, 'એક વખત મેં એને ફોન કર્યો કે, પાણી ઉકાળી રાખજે, પણ ઘરે પહોંચી તો એકદમ થીજેલું પાણી મળ્યું. એ ઘરેથી જતી વખતે રોજ કહેતો 'આઈ લવ યુ' એ મહાન માણસ હતો, એટલો દયાળુ કે માખી પણ ન મારે.'

કોલીન લાફેરારા ક્રોધ સાથે કહે છે કે, 'આ બંને ખૂની પર બાળપણમાં શું વીત્યું હતું એની વાતો જાણવામાં મને રસ નથી. એ લોકો માટે મને લેશમાત્ર સહાનુભૂતિ નથી. એ બંને નરકમાં સબડે એવી મારી ઇચ્છા છે. મને ન્યાય જોઈએ છે.'

અદાલતમાં પોલીસે કરેલી એફિડેવિટ મુજબ મિરાન્ડાએ કબૂલાત કરી હતી કે, હું મૃતક લાફેરારાને સેલીન્સ ગ્રોવમાં મળી હતી અને પછી તેને ગાડીમાં સનબરી હંકારી ગઈ હતી. આ સ્થળે લાફેરારાએ મને જકડી લીધી અને મારા ગળા ફરતે હાથ મૂક્યો. ત્યાં મેં આગળની બે સીટ વચ્ચેથી છરી કાઢીને એના પર હુમલો કર્યો હતો.

મિરાન્ડા બાર્બોટનો ઇરાદો સ્પષ્ટ હતો. પોતે સ્વબચાવમાં હત્યા કરી હતી એમ સાબિત કરવું. આ સાથે જ ખૂન બાદ પોતે ડિપાર્ટમેન્ટ સ્ટોરમાંથી સાફસફાઈની

સામગ્રી ખરીદી કરી હતી અને પછી પોતાના પતિ એલેટને લઈને એનો બર્થ-ડે મનાવવા, અમે સ્ટ્રીપ ક્લબ ગયાં હતાં. જો કે એલેટ બાર્બોટે પોલીસને જણાવ્યું કે, ડિપાર્ટમેન્ટ સ્ટોરમાં સાફસફાઈની સામગ્રી ખરીદવા હું ગયો હતો. સ્ટોરના સીસીટીવી ફૂટેજમાંથી પણ આ દાવાને સમર્થન આપતા પુરાવા મળ્યા. આનાથી વધુ એક વાત સાફ થઈ કે ખૂન કરવામાં અને પુરાવાનો નાશ કરવામાં પતિ-પત્ની સાથે જ હતાં.

ટ્રૉય લાફેરારા મર્ડર કેસને પગલે મિરાન્ડાનો ભૂતકાળ પ્રગટ થયો. અલાસ્કામાં ૧૯૯૪ના ડિસેમ્બરનો એનો જન્મ. આખું નામ મિરાન્ડા કેમિલે ડીન. બાળપણ ઊછર્યું નૉર્થ પૉલમાં. જ્યાં એ પોતાના પપ્પા સીન ડીન, માતા એલિઝાબેથ અને બહેન સાથે રહેતી હતી. પછી તેઓ સ્થળાંતર કરીને એન્કરેજ રહેવાં ગયાં.

વિચિત્ર વ્યક્તિત્વ ધરાવતી મિરાન્ડાની સમસ્યાનો આરંભ ચાર વર્ષની ઉંમરે થયો હોવો જોઈએ એવું માનસશાસ્ત્રીય નિષ્ણાતો માને છે. આ કાચી ઉંમરે સગા માસાએ તેની સાથે જાતીય અડપલાં કે શારીરિક શોષણ કર્યું હતું. અંતે તો આ માસાને એક સગીરાના જાતીય શોષણ બદલ ૧૪ વર્ષની કેદની સજા થઈ, પણ મિરાન્ડાના હૃદય અને મન પર કંઈક ખોટું થઈ ચૂક્યું હતું.

...કદાચ એટલે જ બહુ નાની ઉંમરે એ કેફીદ્રવ્ય હેરોઇનની બંધાણી થઈ ગઈ. પહેલી વાર ઘર છોડીને ભાગી ગઈ ત્યારે મિરાન્ડાની ઉંમર હતી માત્ર બાર વર્ષની. ઘરે પાછા ફર્યા બાદ તેણે મમ્મી એલિઝાબેથ સમક્ષ હૈયું ખોલ્યું કે, હું બહાર રૂપજીવિનીનો વ્યવસાય કરતી હતી. ૨૫ વર્ષના ફૉરેસ્ટ નામના પુરુષને હું મળી હતી, જે શેતાનિક પ્રવૃત્તિમાં ગળાડૂબ છે અને હવે એ મારો 'માલિક' છે.

ભૂતકાળને ઉખેડાતા એક પછી એક પડળથી આંચકાની પરંપરા સર્જાઈ રહી હતી. આની વચ્ચે સનબરીના પોલીસ વડા સ્ટીવ માઝેએ નાનકડા સ્થાનિક અખબાર 'ધ ડેઈલી આઇટમ'માં એક ધડાકો કર્યો. હત્યા બાદ મિરાન્ડાની ધરપકડ થઈ ત્યારે એ એક વર્ષના બાળકની માતા હતી.

મિરાન્ડાના ભૂતકાળમાં હજી વધુ અને ભયાનક ચોંકાવનારી હકીકતો ભંડારાયેલી હતી. જે બહાર આવતાં એના વ્યક્તિત્વના વધુ ભયંકર પાસાથી સૌ ચોંકી ઊઠવાના હતા.

*

૪૨ વર્ષના ટ્રૉય લાફેરારાના મર્ડર કેસમાં ૨૨ વર્ષના એલેટ બાર્બોટે પેનિસિલવાનિયાની અલગ અદાલતમાં પોતે ગુનેગાર હોવાનું સ્વીકારી લીધું

હતું. આ મર્ડર કેસમાં ૨૫ હજારનો ફેલાવો ધરાવતું નાનકડું સ્થાનિક અખબાર 'ધ ડેઈલી આઇટમ' સતત અને ઊંડાણપૂર્વક રસ લેતું હતું.

ટ્રૉય લાફેરારા મર્ડર કેસમાં વધુ ચર્ચાયેલી આરોપી મિરાન્ડાને લોકો સમજી શક્યા નહોતા. આ ૧૯ વર્ષની મિસિસ બાર્બોટે જેલમાં 'ધ ડેઈલી આઇટમ'ને આપેલા ઇન્ટરવ્યૂમાં એવો મોટો ધડાકો કર્યો હતો કે સૌ સ્તબ્ધ થઈ ગયા. મિરાન્ડાએ રેકોર્ડેડ ઇન્ટરવ્યૂમાં કહ્યું કે, 'હું માત્ર ટ્રૉય લાફેરારાના મોત માટે જ નહીં, ઓછામાં ઓછા વધુ ૨૨ના ખૂન બદલ જવાબદાર છું. હું તો શેતાનિક જૂથ સાથે સંકળાયેલી છું.'

મિરાન્ડાના આ ધડાકાથી સામાન્ય જનતા જ નહીં, એનો પરિવાર અને પોલીસવાળા પણ સમસમી ગયા. આ સાચું છે? મિરાન્ડાની ફ્રેન્ડ જેઝબેલ તો આ વાત માને છે : એ ત્રણ વર્ષથી આવી વાતો કરી રહી છે.

કેફીદ્રવ્યોના બંધારણમાંથી છૂટવા માટેના બિહેવિયર હેલ્થ ફેસિલિટી વૉર્ડમાં 'એલેક્સ' નામનો માણસ ત્રણેક વર્ષ અગાઉ મિરાન્ડાને મળ્યો હતો. પોતાની જાતને હાનિ પહોંચાડવા, હતાશા અને આત્મઘાતક વૃત્તિ જેવી તકલીફોની સારવાર માટે મિરાન્ડાને અહીં દાખલ કરાયાનું એલેક્સને યાદ છે. શું જેલમાં કરાયેલા દાવાનાં મૂળ મિરાન્ડાની આ તકલીફમાં હશે?

ખુદ મિરાન્ડાના પિતા સોની ડિને ઇન્ટરવ્યૂમાં સ્પષ્ટ શબ્દોમાં કહ્યું કે, મિરાન્ડા કોઈને કોઈ કારણસર સારવાર કેન્દ્રની અંદર-બહાર થતી રહી છે. એ કેફીદ્રવ્યોની આદત સાથે બાખડતી રહી અને વર્તનલક્ષી સમસ્યા પણ રહી જ છે.

જોકે અન્ય ઘણા માણસોની જેમ ડીન પણ સિરિયલ કિલર હોવાના મિરાન્ડાના દાવાને ફગાવી દીધા હતા. પરંતુ એક સગીરા, પાછી મમ્મી, એમાંય રૂપજીવિની, વળી ખૂની, ઉપરથી શેતાનિક પ્રવૃત્તિમાં સંડોવણી અને છોગામાં સિરિયલ કિલર. આ બધો મસાલો મિરાન્ડા બાર્બોટને અખબારી હેડલાઇનમાં ટસની મસ થવા દેતો નહોતો.

ક્યાંક તો એવું પ્રગટ થયું કે મિરાન્ડાએ ૯૯ જણાની હત્યા કરી છે. છ મહિનામાં અમેરિકાના ચાર રાજ્ય અલાસ્કા, કેલફોર્નિયા, નૉર્થ કેરોલીના અને ટેક્સાસમાં આ બધી હત્યાઓ કર્યાનો મિરાન્ડાનો દાવો ભાગ્યે જ કોઈએ સાચો માન્યો કારણ એટલું કે મિરાન્ડાની વાત માની લઈએ તો તેણે ૧૩ વર્ષની ઉંમરે થોડાં-થોડાં અઠવાડિયાંમાં એક ખૂન કર્યું હોય અને એમાંથી બચી પણ ગઈ હોય. ખરેખર, આ સાચું હોય તો તે અમેરિકાની સૌથી મોટી સિરિયલ કિલરની યાદીમાં સ્થાન મેળવી લે.

કદાચ મિરાન્ડાના પપ્પા સોનીની વાતમાં કંઈક તથ્ય લાગે છે કે, 'એ પોતાના

કાલ્પનિક જગતમાં જીવી રહી છે. એ ધ્યાન આકર્ષિત કરવા અને મહત્ત્વ મેળવવા ઝંખતી અપ્રમાણિક, સ્વાર્થી અને ગણતરીબાજ છોકરી છે.' કોઈ પપ્પા આ શબ્દો બોલે ત્યારે એમની કબૂલાતમાં રહેલી વેદનાનો રણકો છાનો ન રહે.

મિરાન્ડાને ઓળખતા એલેટે પણ કહ્યું કે, તેણે ક્યારેય શેતાનિક ગ્રૂપની વાત કરી નહોતી, પણ પોતે એક ગૅંગની સભ્ય હોવાનું ગાણું ગાતી હતી. એલેક્સે વધુ માહિતી આપી કે એક વખત આ ગૅંગમાં ઘણાં માણસોએ પોતાના પર બળાત્કાર કર્યાની વાત મિરાન્ડાએ કરી હતી.

મમ્મી એલિઝાબેથે ફોડ પાડતાં જણાવ્યું કે, મિરાન્ડા ફોરેસ્ટર નામના માણસે પોતાને ગુલામ બનાવ્યાનું કહેતી હતી. આ માણસે મારી ડોક પર સ્વસ્તિક ત્રોફાવ્યાનું અને પોતાનું નામ જાંઘ પર લખાવવાનું મિરાન્ડાને કહ્યું હતું. તેના પગ અને શરીરના અન્ય ભાગ પર મેં કાપા જોયા હતા.

મિરાન્ડાના પપ્પા સોની ડિન સખત હોવાનું કહેતાં એલિઝાબેથે ઉમેર્યું હતું કે, આ છોકરીના સંઘર્ષમય ઉછેર વચ્ચે જ અમે પતિ-પત્ની છૂટાં પડ્યાં હતાં. સોની ડિન પછી ફ્લોરિડા જતો રહ્યો અને એલિઝાબેથ બંને દીકરીઓ સાથે અલાસ્કામાં જ રહેતી હતી.

લગભગ આ જ સમયે મિરાન્ડા ગર્ભવતી થઈ. ત્યારે પોતે શેતાનિક કલ્ટમાં હોવાનો દાવો કર્યો, પરંતુ શેતાનિક ગ્રૂપના સભ્યો આ બાળક ઇચ્છતા નહોતા એટલે મને પલંગ સાથે બાંધી દીધી, દવાઓ આપી અને ગર્ભપાત કરાવી નાખ્યો એવો દાવો મિરાન્ડાએ કર્યો હતો. આ ગર્ભપાતની વાત જાણ્યા બાદ એલિઝાબેથ ડૉક્ટર પાસે લઈ ગઈ તો ગર્ભપાત થયાના કોઈ અણસાર જ ન મળ્યા.

મિરાન્ડાની વાતો અને દાવા માત્ર ફેન્ટેસી છે? એ કાલ્પનિક જગતમાં રાચે છે? એને કોઈ માનસિક બીમારી હશે? આ સવાલોના જવાબ મેળવવાના પ્રયાસ માટે મિરાન્ડાની વાત સાંભળીએ :

'એ શેતાનિક ગ્રૂપમાં ૧૩ વર્ષની ઉંમરે હું પહેલી હત્યામાં સામેલ થઈ. હું અમારા 'લીડર' સાથે ગઈ હતી, એક માણસે 'લીડર'ના પૈસા પાછા નહોતા આપ્યા. આ માણસને પોતે ગોળી માર્યા બાદ 'લીડરે' મને કહ્યું કે, હવે તું ગોળી છોડ એના પર, પરંતુ હું બંદૂકને નફરત કરું છું, એથી હું એ કરી ન શકી. મારી પાછળ આવીને તેણે મારા હાથ પકડ્યા અને ટ્રીગર દબાવડાવ્યું. ત્યારબાદ મેં હત્યાઓ કરવાનું ચાલુ જ રાખ્યું.'

અલાસ્કાની આ હત્યા સોની ડિનને શક્ય લાગે છે, કારણ કે એ જ તબક્કામાં મિરાન્ડા લાંબો સમય ઘરથી ગાયબ રહી હતી, પરંતુ અન્ય રાજ્યમાં કરેલી હત્યાના દાવાને 'મૌલિક શોધ' ગણાવતાં ડિન કહે છે કે તે કેલિફોર્નિયા એકવાર

અને ટેક્સાસ કેટલીકવાર ગઈ છે ખરી, પણ તે સતત મારી નજરમાં હતી.

આનાથી તદ્દન વિપરીત મિરાન્ડાએ દાવો કર્યો કે મૃતકોના શબ ક્યાં ક્યાં દફનાવાયા એ આજેય બતાવી શકું. 'ખરાબ-ગંદા કામ કરનારાઓને હું લલચાવતી. તેઓ જીવવાને લાયક નહોતા.'

સ્થાનિક સત્તાધીશો અને એફ.બી.આઈ. મિરાન્ડાના કબૂલાતનામાને ગંભીરતાથી લઈ રહ્યા હતા, પરંતુ અલાસ્કા રાજ્યના પોલીસદળે પોતાના વિસ્તારમાં મિરાન્ડાએ આવા હત્યાકાંડ કર્યાના કોઈ પુરાવા ન હોવાનું જાહેર કરી દીધું.

મિરાન્ડાના વ્યક્તિત્વમાં વિરોધાભાસનું વધુ એક ઉદાહરણ એટલે પતિ એલેટ સાથેનો સંબંધ. હકીકતમાં તો એલેટથી ગર્ભવતી થયેલી ગર્લફ્રેન્ડ એમી વેનેલને મિરાન્ડા સૌપ્રથમ મળી. એમીના મત મુજબ 'મિરાન્ડાને જાતીય સંબંધની ઘેલછા હતી અને તે જાડા મેદયુક્ત માણસોને નફરત કરતી હતી.'

એમીના કહેવા મુજબ તેઓ ત્રણેય સાથે રહેતાં હતાં. ૨૦૧૩ના માર્ચમાં એલેટ અને એમી છૂટાં પડી ગયાં. એમીના આક્ષેપ મુજબ એલેટ તેને છેતરતો હતો અને મિરાન્ડા સાથે મોજ કરતો હતો. જો કે ૨૦૧૩ના જૂન સુધી આ બંનેને બહુ સારું બનતું ન હોવાનું ખુદ એમી માને છે.

આ અટકળબાજી પર પૂર્ણવિરામ મુકાયું ૨૦૧૩ની ૨૨મી ઑક્ટોબરે, જ્યારે એલેટ-મિરાન્ડા એકમેક સાથે ભાગી છૂટ્યાં. આના ત્રણ દિવસ બાદ બંનેએ એકાએક નોકરીને રામ રામ કરી દીધા પછી એકમેકની વધુ નિકટ આવવા માટે બંને મળીને કોઈકનું ખૂન કરવા માગતાં હતાં. શરૂઆતમાં નિષ્ફળતા મળી, પણ પછી ટ્રૉય લાફેરારાએ સંપર્ક સાધ્યો અને...

ધરપકડ બાદ પોલીસે તરત મિરાન્ડાની બાળકીને સમાજસેવી સંસ્થાને સોંપી દીધી હતી જે હવે મિરાન્ડાના પપ્પા પાસે છે. આ બાળકનો કબજો મેળવવા માટે સોની ડિન અને મિરાન્ડાના કાકા અર્લીન વચ્ચે પણ કાનૂની ખટલો ચાલે છે.

ટ્રૉય લાફેરારા મર્ડર કેસમાં મૃત્યુદંડ આપવાની સરકારી વકીલની માગણીને ટેકો આપતા મિરાન્ડાના પપ્પા ડિન કહે છે કે આ સ્થિતિનો અંત મૃત્યુદંડ જ છે. આનાથી મને માનસિક શાંતિ મળશે. મિરાન્ડા ખૂબ પીડાદાયક સ્થિતિમાંથી પસાર થઈ છે. જોકે એ યાતના (કોઈનો) જીવ લેવાને યોગ્ય ન ઠેરવી શકે, પણ આવું કરવા માટેનાં કારણો સમજવાનું ઘણું મહત્ત્વનું છે.

૨૦૧૪માં આ પતિ-પત્નીને ટ્રૉયની હત્યા બાદ દોષિત ઠેરવીને આજીવન કારાવાસની સજા કરાઈ હતી.

*

# ૮

# પૂજા મીણા : લગ્નના ૨૭મા દિવસે પતિની હત્યા

**મધ્યપ્રદેશના** ભોપાળ નજીકથી મનીષ સીતારામ મીણા નામના તાજા વરરાજા ગાયબ થઈ ગયા. બીજા દિવસે જ મળી ૨૩ વર્ષના આ યુવાનની લાશ. મનીષનાં લગ્નના બીજા દિવસે પત્ની પૂજા પિયર જતી રહી હતી. પૂજા આવી અને પતિને મળે એ પહેલાં મનીષ થઈ ગયો ગાયબ અને બીજા દિવસે મળી લાશ. લગ્નના ૨૭મા દિને મનીષ મીણાનું ખૂન થઈ ગયું. પોલીસે ત્વરિત ગતિએ બે આરોપીને પકડી પાડ્યા અને જાહેર કર્યું કે, બે આરોપીમાં એક પૂજાનો ભૂતપૂર્વ પ્રેમી અને બીજો એનો (પૂજાનો) સંબંધી છે. આ હત્યાનું કારણ શું? શા માટે એક કોડીલાનું ઢીમ અકાળે ઢાળી દેવાયું? આવા અનેક સવાલોના જવાબો પોલીસ મેળવી જ રહી હતી.

*

આખરે પોલીસની ચપળતા, સતર્કતા અને નસીબને પ્રતાપે મનીષ મીણા મર્ડર કેસ ઉકેલાઈ ગયો, પણ જે સચ્ચાઈ બહાર આવી તે તેજાબથી વધુ દઝાડતી હોવાથી મોટાભાગના માની ન શક્યા.

પોલીસે કરેલા દાવા મુજબ આ મર્ડર કેસમાં તેમને બે મહત્ત્વની માહિતી મળી. એક મનીષ મીણા છેલ્લે બે આરોપી વીરેન્દ્ર અને સંદીપ સાથે નજરે પડ્યો હતો. બે, આ બંને આરોપીઓ મૃતકના વિસ્તારમાં પોતાની કારમાં ફરતા દેખાયા હતા. આને આધાર માનીને પોલીસે તપાસને આગળ વધારી. બંને આરોપીના મોબાઇલ ફોનના રેકોર્ડ પરથી ચોંકાવનારી માહિતી મળી. પોલીસે જાહેર કર્યું કે આ બંને સતત નવોઢામાં વિધવા બનેલી પૂજાના સંપર્કમાં હતા.

અને હા, પોલીસે કરેલા વધુ ધડાકાભડાકામાં બધા સવાલોના સ્તબ્ધ કરી નાખનારા જવાબો મળી ગયા. પોલીસે આપેલી માહિતી મુજબ મનીષ મીણાની હત્યામાં એની પત્ની પૂજાની પણ સંડોવણી હતી. પોલીસના જણાવ્યા પ્રમાણે પૂજાને લગ્ન અગાઉથી ગુના જિલ્લાના બીનાપુર નિવાસી વીરેન્દ્ર હેમરાજ મીણા સાથે પ્રેમ-સંબંધ હતા, પરંતુ જૂની હિન્દી ફિલ્મોની જેમ પૂજાના પરિવારજનોને આ પ્રેમ-સંબંધ સામે ભયંકર વાંધો હતો. પોલીસના કહેવા પ્રમાણે ખુદ પૂજાએ જ પરિવારના દબાણને લીધે લાચારીથી મનીષ સાથે લગ્ન કર્યાંની કબૂલાત કરી હતી.

પોલીસની પૂછતાછ અને તપાસમાં વધુ એક ચોંકાવનારી માહિતી બહાર આવી કે પ્રેમીના કહેવાના લીધે જ પૂજાએ પતિ સાથે સુહાગરાત પણ મનાવી નહોતી. એ જ રાતે ગુસ્સે થઈને મનીષ ઘર બહાર જતો રહ્યો હતો. આ વાતની જાણ થયા બાદ પિયરિયાંઓએ પૂજાની મારપીટ સુધ્ધાં કરી હતી.

મનીષ મીણાની હત્યા બાદ પણ જરાય ચલિત-વિચલિત થયા વગર પૂજાએ પોલીસને લેશમાત્ર શરમાયા વગર કહી દીધું કે, હું વીરેન્દ્રને ખૂબ ચાહતી હતી અને એના વગર જીવવાની કલ્પના જ ન કરી શકું. નસીબે ભલે એક ઘરમાં સાથે રહેવા ન દીધા, પણ હવે એક સંતોષ ખરો કે જેલમાં તો સાથે રહી શકાશે.

પોતાના પ્રેમ ખાતર મનીષનું કાસળ નીકળી ગયું એ વાતનો પૂજાને જરાય રંજ નહીં હોય?

પોલીસે દૃઢતાપૂર્વક કહ્યું કે, લગ્ન બાદ સાસરે પાછી ફરતી પૂજાની નજીક મનીષ ન જઈ શકે એ માટે આ કાવતરું ઘડાયું હતું. એમાંય સુહાગરાતે નજીક આવવા ન દેતી પૂજાને મનીષે તમાચો ફટકાર્યો એ સાંભળીને પ્રેમી વીરેન્દ્ર મીણા ગુસ્સાથી રાતોપીળો થઈ ગયો હતો. ખજૂરી પોલીસે ખાતરી સાથે નિવેદન કર્યું કે, અનૈતિક સંબંધ જ હત્યા પાછળ કારણરૂપ હતા. પોલીસના જણાવ્યા મુજબ પિયરમાં જ્યારે પૂજાએ લગ્નના સંબંધમાંથી છુટકારો પામવાની પ્રબળ ઇચ્છા વ્યક્ત કરી, ત્યારે આ અપરાધનાં બીજ રોપાયાં હતાં. ૨૫ જૂને વિદાય માટે સાસરિયા પૂજાને લઈને ઈમલિયા માટે રવાના થયા ત્યારે વીરેન્દ્ર અને પૂજાનો પિત્રાઈ ભાઈ સંદીપ કૈલાશ મીણા પણ પોતાની ગાડી લઈને પાછળ-પાછળ પહોંચી ગયો. સંદીપે ફોન કરીને મનીષને બોલાવી લીધો. પછી વીરેન્દ્રે મનીષને વાતચીતમાં વ્યસ્ત રાખીને કોલ્ડ ડ્રિન્કમાં ઘેનની દવા પીવડાવી દીધી. મનીષના બેભાન થઈ ગયા બાદ વીરેન્દ્ર અને સંદીપે પોતાના ગમચાથી ગળું ઘોંટીને મનીષને મારી નાખ્યો. પછી બંનેએ લાશને કોલ્હુખેડીના જંગલમાં આવેલા કાચા રસ્તા પર ફેંકી દીધી, જ્યાંથી બીજા દિવસે ખજૂરી પોલીસે આ લાશનો કબજો મેળવ્યો હતો.

બંને આરોપી વીરેન્દ્ર અને સંદીપ સાધનસંપન્ન પરિવાર ખેડૂત પરિવારના છે. વીરેન્દ્ર જલંધર યુનિવર્સિટીમાંથી ગ્રેજ્યુએટ થયો છે. ત્યાર બાદ થોડો સમય એ સિવિલ સર્વિસિસ પરીક્ષાની તૈયારી પણ કરતો હતો. આ બંને યુવાનો કાળજાના એટલા કઠણ કે મનીષ મીણાની હત્યા કરીને લાશ ફેંકી તો દીધી, પણ પછી મૃતકની શોધખોળના પ્રયાસમાં મનીષના પરિવારજનો સાથે પણ કામમાં લાગેલા જ રહ્યા!

પોલીસે આ હત્યાકાંડમાં વપરાયેલી કાર ઉપરાંત ત્રણ મોબાઇલ જપ્ત કર્યા છે. ઘટનાના એક દિવસ અગાઉ પૂજા અને વીરેન્દ્ર વચ્ચે મોબાઇલ ફોન પર લગભગ છ કલાક વાતચીત થઈ હતી, જેનાથી પૂજા પરનો પોલીસનો શક દઢ થયો હતો. આને પગલે થયેલી વધુ તપાસમાં બહાર આવ્યું કે લગ્ન બાદ મનીષ સાથે પૂજાએ સેંકડો વખત વીરેન્દ્ર સાથે ફોન પર વાતચીત કરી હતી.

કાશ, પૂજાના કુટુંબીજનોએ દીકરીના આ પ્રેમ-સંબંધને લગ્નના સંબંધમાં ફેરવાઈ જવા દીધો હોત તો મનીષ જીવતો હોત અને પૂજા, વીરેન્દ્ર અને સંદીપની જિંદગી પણ કદાચ ખુશખુશાલ ન હોત?

*

## ૯

# ચીસાકો કાકેહી : પ્યાર, શાદી, વીમો ઔર મોત

૬૭ વર્ષની ઉંમર એટલે વડીલ. એમાંય મહિલા એટલે આદર ઓર વધી જાય. આપણી ભારતીય સંસ્કૃતિ અને સંસ્કાર મુજબ આ મોટી બા શું કરતાં હોય? માળાના મણકા ફેરવતાં હોય, મંદિરે દર્શનાર્થે જતાં હોય, ભક્તિ-ગીત કે ભજન માણતાં હોય, પૌત્ર-પૌત્રીને રમાડતાં હોય કે એમની કિશોર વયની પૌત્રીને ભરતગૂંથણ કે રાંધતાં શીખવાડતાં હોય...

પરંતુ જાપાનમાં ૬૭ વર્ષનાં મહિલા આવા કોઈ સામાન્ય કારણસર નહીં, એકદમ અલગ અને આંચકાજનક કારણસર અખબાર-ટીવીમાં ઝળક્યાં હતાં. એમનું નામ ચીસાકો કાકેહી.

આ ચીસાકો કાકેહી આપણી દાદીમા કે મોટીબાની ઇમેજમાં બંધબેસે એવા વ્યક્તિ નથી. તેમણે દીકરા-દીકરી પાસે ક્યારેય હાથ લાંબો ન કરવો પડ્યો કે ન કદી કોઈની મદદ લેવી પડી.

ચીસાકો કાકેહીને બે દાયકામાં ૮૦ કરોડ યેન એટલે ૬૮ લાખ ડૉલરનો દલ્લો મળ્યો છે. આ મલ્ટિ-મિલિયોનેર માજી પછી છાપાં, ટીવી અને સોશ્યલ મીડિયામાં છવાઈ ગયાં, કારણ એટલું કે પોલીસ તેમના સુધી પહોંચી ગઈ છે. શું વાંક કે ગુનો છે ચીસાકો કાકેહીનો? આ સવાલનો જવાબ કંપાવી મૂકનારો છે.

અખબારી અહેવાલો મુજબ પોતાના સાત-સાત સાથીદારોના શંકાસ્પદ મોતના મામલામાં પોલીસ દ્વારા ચીસાકો કાકેહીની ધરપકડ કરાઈ છે. પોલીસના મત મુજબ પતિ, પ્રેમી અને બૉય-ફ્રેન્ડની માલમિલકત માટે ચીસાકો કાકેહીએ તેમને મારી નાખ્યાની શંકા છે. વીમાની રકમના વારસા માટે આ જીવલેણ ખેલ ખેલાયાનું પોલીસ માને છે.

ચીસાકો કાકેહીની ધરપકડ અને બહાર આવેલી વિગતોએ જાપાની સમાજને હચમચાવી નાખ્યા હતા.

૨૦૧૪ ડિસેમ્બરમાં ચીસાકો કાકેહીના પતિ નંબર ચાર એટલે ઈસાઓ કાકેહી ઘરે અચાનક બીમાર પડી ગયા. બંનેનાં લગ્નના માંડ બે મહિના બાદ આ બન્યું હતું. ઈસાઓ ઘરે બીમાર પડ્યા એટલું જ નહીં, પણ હૉસ્પિટલમાં લઈ ગયા છતાં બચી ન શક્યા અને ઓટોપ્સીના રિપોર્ટમાં બહાર આવ્યું કે ઈસાઓના લોહીમાં સાઇનાઇડ ઝેરના અંશ ભારે પ્રમાણમાં હતા.

પોતાને ‘કમનસીબ’ કે ‘વખાની મારી’ ગણાવતાં ચીસાકો કાકેહીને મૃત્યુનો સથવારો મળવા માંડ્યો ૧૯૯૪થી. એ વર્ષે તેના ૫૪ વર્ષના પ્રથમ પતિ અવસાન પામ્યા. મૃત્યુનું કારણ અકળ રહ્યું. પછી એક ડેટિંગ એજન્સી થકી બીજા પતિ મળ્યા, પરંતુ ૨૦૦૬માં હૃદયરોગના હુમલામાં તેઓ કાયમ માટે બાય બાય કરીને નીકળી ગયા, જ્યારે ૨૦૦૮માં ૭૫ વર્ષના જીવનસાથીના મોત સાથે વધુ એક લગ્નજીવનનો અંત આવી ગયો. આના એકાદ વર્ષ બાદ બૉયફ્રેન્ડનું મોત થયું. એ કેન્સરથી પીડાતા હોવાનું મનાય કે કહેવાય છે. ૨૦૧૨માં એના ફિયોન્સેનું મોત મોટરબાઇક ચલાવતી વખતે અચાનક થયું. આ ફિયોન્સેના શરીરમાંથી પણ સાઇનાઇડના અંશ મળ્યા હતા.

આ બધા મોત વખતે જાપાનના ક્યોટોમાં રહેતાં ચીસાકો કાકેહીના એક-એક મૃતકો સાથે સંબંધ હતા, ખૂબ જ નિકટના સંબંધ.

બુધવાર તારીખ ૧૯મી નવેમ્બર, ૨૦૧૪ના રોજ ચીસાકો કાકેહીની ધરપકડ થઈ. વધુ વિગત આપ્યા વગર પોલીસે એક વાત જાહેર કરી કે ચીસાકોએ આ બધું પૈસા માટે કર્યાની અમને શંકા છે.

એક પોલીસ ઇન્વેસ્ટિગેટરે કહ્યું, બધા મૃતકોની ઉંમર ઘણી મોટી હોવાથી કેટલાં મોત શંકાસ્પદ હતાં એ અત્યારથી ન કહી શકાય. અમારે બહુ વ્યવસ્થિત અને એકદમ ઊંડાણપૂર્વક તપાસ કરવી પડશે કે આ લોકોના મોતમાં કોઈ મેલી રમત રમાઈ હતી કે નહીં.

જોકે બૅન્કના ભૂતપૂર્વ કર્મચારી એવા ચીસાકો કાકેહી પોતાને એકદમ નિર્દોષ ગણાવતાં કહે છે : ‘જો લોકોને હત્યા થયાની શંકા હોય તો હું જીભ કચરીને મરી જવાનું પસંદ કરીશ.’

આ અગાઉ એક ઇન્ટરવ્યૂમાં પોતાના નિકટજનોના મોત બદલ ચીસાકોએ પોતાને ‘નસીબનો શિકાર’ ગણાવતાં કહ્યું હતું મારી પહોંચ કોઈ ઝેર સુધી નથી.

જાપાની સમાજ અને ખાસ તો મીડિયા શરૂઆતથી જ ચીસાકો કાકેહીને ‘બ્લેક વિડો’ ક્લબની સભ્ય ગણવા લાગ્યા હતા. આ અગાઉ ૨૦૧૨માં ત્રણ

પુરુષો (ઉંમર વર્ષ ૪૧, ૫૩ અને ૮૦)ની હત્યા માટે ફાંસીની સજા પામેલી કાની કીજીમાને 'બ્લેક વીડો' ગણાવાઈ હતી. ઇન્ટરનેટની ડેટિંગ સાઇટ્સ થકી ત્રણેય મૃતકને મળેલી કાની કીજીમા એક સમય રૂપજીવિની હતી. પોતાના શિકારને ઘેનની દવા આપ્યા બાદ કોલસા બાળીને ઝેરી ધુમાડાથી શિકારને મારી નાખ્યા હતા. એને 'બ્લેક વીડો' ગણાવાઈ હતી. આ 'બ્લેક વીડો' નામ એક ખાસ પ્રકારના કરોળિયા પરથી પડ્યું છે. આમાં સંવનન બાદ માદા પોતાના ઝેરીલા ડંખથી નરને મારી નાખ્યા બાદ ખાઈ જાય છે.

'જાપાન ટાઇમ્સ'ના અહેવાલ મુજબ ચીસાકો કાકેહીએ ચાર વખત લગ્ન કર્યાંની કબૂલાત કરી લીધી છે. આમાંય એકેય પતિ સાથે લગ્નજીવન લાંબું ચાલ્યું નહોતું. કમનસીબે કોઈને ચીસાકોના પ્રથમ ત્રણ પતિના મૃત્યુમાં રહેલી સમાનતા દેખાઈ નહોતી. પરંતુ ચોથા પતિ અને ૭૫ વર્ષના ઈસો કાકેહીના મોતે શંકાનાં સાપોલિયાં રમતાં કરી દીધાં. ક્યોટો શહેરના મૂકો પરગણામાં ચીસાકોના ઘરમાં જ ઈસોનું મોત થયું હતું અને તેમના લોહીમાં સાઇનાઇડ ઝેરનું જીવલેણ કહી શકાય એટલું પ્રમાણ મળી આવ્યું હતું.

શરૂઆતમાં ચીસાકો કાકેહી પોતાને નિર્દોષ ગણાવતાં રહ્યાં. લોહીમાં સાઇનાઇડની હાજરી આકસ્મિક હોઈ શકે, પણ ચાર-ચાર પુરુષના લોહીમાં સાઇનાઇડ હોવું આકસ્મિક ન હોઈ શકે. ચીસાકો કાકેહી પોતાને નિર્દોષ ગણાવતાં એક જ વાત દોહરાવતી : 'હત્યા કઈ રીતે કરાય એની મને ખબર નથી, મેં કોઈને માર્યા નથી, સાઇનાઇડ વિશે કહીશ કે એ ક્યાંથી આવ્યું એની મને જાણ નથી.'

પરંતુ અદાલતે ત્રણ ખૂન અને હત્યાના એક પ્રયાસ બદલ ચીસાકો કોહેહીને દોષિત ઠેરવીને મૃત્યુદંડ ફટકાર્યો હતો.

*

# ૧૦

# ડૉ. વર્જીનિયા સોઆરીસ ડી'સોઝા : ૩૦૦નાં ખૂન?

**બ્રિટિશ** તબીબ હેરોલ્ડ શીપમૅન (વાંચો અમદાવાદના નવભારત સાહિત્ય મંદિર પ્રકાશિત મારું પુસ્તક 'સ.સ. સિરિયલ કિલર્સ)નો 'ધ ડેડલીએસ્ટ ડૉક્ટર'નો ખિતાબ – જોખમમાં મુકાઈ ગયો. શીપમૅનને પડકાર્યા. એક બ્રાઝિલિયન મહિલાએ. હા, ૫૬ વર્ષના ડૉ. વર્જીનિયા સોઆરીસ ડી'સોઝાએ પૂરા ૩૦૦ દર્દીની હત્યા કર્યાની તપાસ ૨૦૧૩માં શરૂ થઈ હતી. કોઈ મહિલા અને એ પણ તબીબ આટલી ઘાતકી બની શકે? બ્રાઝિલમાં મહિલા સશક્તીકરણની ઝુંબેશ ચાલતી હોવાની જાણ તો નથી!

દક્ષિણ બ્રાઝિલના પરાના રાજ્યના શહેર કુર્ટીબા સ્થિત ઇન્વાન્જેલિકા હૉસ્પિટલમાં કાર્યરત ડૉ. વર્જીનિયા સામે મુખ્ય આરોપ લાઇફ-સપોર્ટ સિસ્ટમ પર જીવતા દર્દીઓનો ઑક્સિજનનો પુરવઠો બંધ કરી દેવાનો તથા મસલ-રિલેક્સિંગ ડ્રગનો જીવલેણ ઓવરડોઝ આપવાના આરોપ મુકાયા હતા. હૉસ્પિટલમાં ડિરેક્ટર જેવો સિનિયર હોદ્દો ધરાવતી ડૉ. વર્જીનિયાની ૨૦૧૩ ફેબ્રુઆરીમાં ધરપકડ થઈ હતી. આ ગુનામાં તેને સાથ આપવા બદલ ત્રણ અન્ય ડૉક્ટર અને એક નર્સની પણ ધરપકડ થઈ હતી. આને પગલે હૉસ્પિટલના અન્ય ત્રણ કર્મચારી પર પણ આરોપ મુકાયા હતા.

માત્ર બ્રાઝિલમાં જ નહીં, દુનિયાભરમાં સમાચાર તરીકે ચમકેલા ડૉ. વર્જીનિયા સામે આરંભે સાત ખૂન બદલ કેસ ચલાવવાનું શરૂ થયું હતું. એ દેશના આરોગ્ય મંત્રાલયે જાહેર કર્યું કે આ ડૉક્ટરના શિકારની સંખ્યા ઘણી મોટી હોઈ શકે છે. આનો ચોક્કસ આંકડો મેળવવા માટે હૉસ્પિટલના ૧,૭૦૦ રેકોર્ડ્સનો અભ્યાસ હાથ ધરાયો હતો. આરોગ્ય મંત્રાલયે નીમેલી તપાસ ટુકડીનાં વડાં મારિયો લોબાટાના મત મુજબ મેં વીસ શંકાસ્પદ કેસ તો શોધી લીધા અને વધુ ૩૦૦ મામલામાં ઊંડી તપાસ શરૂ થઈ હતી. આ કેસમાં મોટા ભાગના દર્દીના કૃત્રિમ

શ્વાસોચ્છ્વાસ વખતે પ્રાણવાયુનું પ્રમાણ ખૂબ ઘટેલું જણાયું હતું અને તેમને નસમાં માંસપેશીને નબળી પાડી દેતી દવા અપાયાનું બહાર આવ્યું હતું.

લોબાટાને વધુ આશ્ચર્ય એ બાબતનું છે કે મોટા ભાગના દર્દી મોત પહેલાં એકદમ હોશમાં-જાગૃત હતા અને વાતચીત સુધ્ધાં કરતા હતા. મરતા પહેલાં એક દર્દીએ નર્સ પાસે પાણી મંગાવ્યું. બીજાએ વાંચવા માટે સગાં પાસે ચશ્માં મંગાવ્યાં હતાં! ચશ્માં તો દૂરની વાત પણ પોતે પાણીનો ગ્લાસ લાવી ત્યાં સુધી પણ દર્દી ન જીવ્યો એનો આઘાત અને વસવસો બિચારી નર્સને આજેય છે. આ બધામાં મોડસ ઓપરેન્ડી, દવા અને મોત વચ્ચેનો સંબંધ અને સમય લગભગ એકસમાન છે. એ કહેવાની જરૂર નથી કે આ બધા દર્દીની છેલ્લી સારવાર કરનારા તબીબ હતાં વર્જીનિયા.

જોકે ડૉ. વર્જીનિયા સોઆરીસ ડી'સોઝા જાણતાં નહોતાં કે ૨૦૧૨ના ફેબ્રુઆરીમાં કોઈક અજાણ્યા પાસેથી મળેલા અણસારને પગલે સત્તાવાર યંત્રણા સક્રિય થઈ ગઈ હતી. અન્ડરકવર ઇન્વેસ્ટિગેશન છતાં એકાદ વર્ષ સુધી કોઈ ધરપકડ ન થવાથી પોલીસની ટીકા થઈ, પરંતુ તેઓ સજ્જડ-નક્કર પુરાવા શોધતા હતા.

ખટલો શરૂ થયા છતાં હત્યાઓ પાછળના ધ્યેયની સત્તાવાર સ્પષ્ટતા નહોતી કરાઈ, પરંતુ થોડા સમયમાં જ હૉસ્પિટલના બેડ-ખાટલા ખાલી કરાવવા માટે આ તબીબ પર 'ભગવાન બનવા'નો આરોપ મુકાયો. બ્રાઝિલની સરકારી નીતિ મુજબ નિઃશુલ્ક ખાટલા રોકી રાખતા દર્દીઓને મારી નાખીને રવાના કરી દેવાના આરોપી ડૉ. વર્જીનિયાએ ૩૨૦ જેટલા માણસના જીવ લીધાનું ચર્ચાવા માંડ્યું.

બ્રાઝિલની નેશનલ હેલ્થ સિસ્ટમ હેઠળ સારવાર મેળવતા ગરીબ દર્દીઓના ખાટલા ખાલી કરાવવા માટે ડૉ. વર્જીનિયા મરવા માટે તેમની પસંદગી કરતી હોવાનો આરોપ મુકાયો હતો. એ જ વર્ષના ફેબ્રુઆરીમાં ગંભીરપણે બીમાર સાત દર્દીનાં અણધાર્યા-શંકાસ્પદ મોતને પગલે ડૉ. વર્જીનિયા પોલીસને હાથ લાગી હતી. આમાં અદાલતની મંજૂરીથી કરાયેલા ફોન ટેપિંગમાં ડૉ. વર્જીનિયાને એમ કહેતાં રેકોર્ડ કરાયાં કે મારે હૉસ્પિટલની સાફસૂફી કરવી છે, ભીડ ઓછી કરવી છે. કોઈ પણ સિરિયલ કિલર પકડાય ત્યારે પહેલો અને સહજ સવાલ એ થાય કે પહેલું ખૂન ક્યારે અને કોનું કર્યું? એક શક્યતા મુજબ ડૉ. વર્જીનિયાએ ૨૦૦૬માં પહેલી હત્યા કરી અને એ પણ કેન્સરથી પીડાતા પોતાના પતિની!

વિધવા ડૉ. વર્જીનિયા સોઆરીસ હેલેના ડી'સોઝાની 'ગૅંગ ઑફ ડેથ'માં ત્રણ એનેસ્થેટિસ્ટ એડીસન અનસલ્મો સીલ્વા જુનિયર, મારિયા ઇઝરાયેલા કોર્ટેઝ બોકાટો અને એન્ડરસન ડી ફ્રેઈટાસની ધરપકડ થઈ હતી. આ મામલામાં જ

૧૩ ડૉક્ટર અને ૩૪ નર્સની બદલી થઈ હતી. ડૉ. વર્જીનિયાના વકીલ ઇલિયાસ માતાર અસાદે દાવો કર્યો હતો કે મારી અસીલ નિર્દોષ છે અને તેની સામેના આરોપ યોગ્ય મેડિકલ પ્રેક્ટિસમાંથી થયેલી ગેરસમજણની ઊપજ છે.

ડૉ. વર્જીનિયાની ધરપકડ બાદ વધુ ૫૦ ફરિયાદ નોંધાઈ હતી. સરકારી વકીલ છાતી ઠોકીને કહેતો હતો કે, અન્ય દર્દીઓ માટે હૉસ્પિટલના ખાટલા ખાલી કરાવવાની આરોપીની ઇચ્છા સ્પષ્ટ કરતા ટેલિફોનિક સંવાદનું રેકોર્ડિંગ અમારી પાસે છે. એક સંવાદ આવો છે : 'આઈ વૉન્ટ ટુ ક્લીઅર ધ ઇન્ટેન્સિવ કેર યુનિટ.'

ગરીબ દર્દીઓ માટેના બેડ ખાલી કરાવીને ખાનગી હૉસ્પિટલ માટે ખણખણતા રોકડાનો ઢગલો કરવાની 'ગેમ ઑફ ડેથ' આરોગ્ય વ્યવસ્થાનો સૌથી ભૂંડો, ભયાનક અને ડરામણો ચહેરો નથી?

*

## ૧૧

# જુલિયા ચાર્લેન મર્ફેલ્ડ : ડિવૉર્સ કરતા મર્ડર આસાન

**૨૧** વર્ષની જુલિયા ચાર્લેન મર્ફેલ્ડ પોતાના ખાસ મિત્ર અને સહકાર્યકર કાર્લોસ રોમોસ સાથે ગામગપાટા મારતી હતી. અચાનક જુલિયાએ બૉમ્બ ફેંક્યો. હું મારા પતિને મરાવી નાખવા માગું છું. પહેલાં તો કાર્લોસને આંચકો લાગ્યો. જુલિયા મજાક કરતી લાગે છે એવું કાર્લોસે માની લીધું. એને ખાતરી હતી કે ભવિષ્યમાં ક્યારેય જુલિયા આ વાત ફરી નહીં જ છેડે, પરંતુ બીજી વખત તો જુલિયા મર્ફેલ્ડે ૨૭ વર્ષના પતિદેવ અને પોતાનાં બે સંતાનોના પિતાનું કાસળ કાઢી નાખવાની યોજનાની વિગતો ચર્ચાવા માંડી.

અને કાર્લોસ રામોસે જુલિયા મર્ફેલ્ડને બધી ગોઠવણ કરી આપી.

ટૂંક સમયમાં જ જુલિયા મર્ફેલ્ડની મુલાકાત 'કૉન્ટ્રાક્ટ કિલર' સાથે થઈ. આ મીટિંગ કારની અંદર જ યોજાઈ. પતિની હત્યા માટેનાં જુલિયાનાં કારણો સાંભળીને 'કૉન્ટ્રાક્ટ કિલર' હતપ્રભ રહી ગયો અને આશ્ચર્યથી ખૂલી ગયેલું મોઢું મહાપરાણે બંધ કર્યું. મિસિસ જુલિયા મર્ફેલ્ડે શું કહ્યું હતું? એના જ શબ્દોમાં જાણીએ. 'મારી અને મારા પતિ વચ્ચે ઝઘડા થતા રહે છે. એટલે એને મરાવી નાખવાનું હું વિચારું છું. છૂટાછેડા લેવા કરતાં આ (હત્યા કરાવવાનું) આસાન છે. આને લીધે કુટુંબીજનો શું કહેશે એની અને પતિનું દિલ તોડ્યાની મારે ફિકર કરવી નહીં પડે. પહેલી વખત મેં આ અંગે વિચાર્યું છે. એવું નથી કે અમારે સાવ બનતું જ નથી. એ (એને ખતમ કરાવવાનું) ભયંકર લાગે છે, પણ છૂટાછેડા લેવા કરતાં તો આસાન લાગે છે. મહત્ત્વ એનું છે કે આનાથી (આ ખૂનથી) હું કેવી રીતે સાફસાફ બચી શકું...'

આ 'કૉન્ટ્રાક્ટ કિલર' સાથે વાત જામી. આની પછી ૨૦૧૩ની ૧૦મી એપ્રિલે બીજી મીટિંગ યોજાઈ, જેમાં વધુ સ્પષ્ટતા થઈ. એક તબક્કે તો જુલિયાએ હત્યા

માટેની સારામાં સારી તારીખ નક્કી કરવા માટે પોતાના સ્માર્ટફોનમાંના કૅલેન્ડરનો ઉપયોગ કર્યો હતો. આ સાથે જુલિયાએ સ્પષ્ટ કર્યું કે, ઘરમાં લૂંટફાટ કરવાનો પ્રયાસ નિષ્ફળ જતાં હત્યા કરાઈ એવું નાટક કરવાનું મને પસંદ નથી, કારણ કે મારા પતિની હત્યા બાદ જે બૉયફ્રેન્ડ ફ્લૅટમાં મારી સાથે રહેવા આવવાનો છે તેને આ બધું નહીં ગમે. કેટલી નિખાલસ છે ને બચાડી?

આ સાથે જુલિયાએ એક વાત પર ભાર મૂક્યો કે મારા પતિને વધુ પીડા ન થવી જોઈએ, એનું મોત આસાનીથી થવું જોઈએ. બહુ જ દયાળુ પણ ખરી ને? આ સાથે જ જુલિયાએ ભાવિ ખૂનીને સૂચન સુધ્ધાં કર્યું કે ડોક તોડી નાખવી એ જ શ્રેષ્ઠ પદ્ધતિ રહેશે. જોકે 'કૉન્ટ્રાક્ટ કિલર' તરફથી જવાબ મળ્યો કે, હું તો રિવૉલ્વર કે ચાકુ વાપરવાનું પસંદ કરીશ. આના જવાબમાં જુલિયા મર્ફેલ્ડે એકદમ ઠંડા કલેજે 'ઑકે' કહેવા સાથે આગ્રહ રાખ્યો કે તો ગોળી મોઢા પર જ મારજે.

આ બીજી મીટિંગમાં 'કૉન્ટ્રાક્ટ કિલરે' કાવતરા વિશે શંકા વ્યક્ત કરી તો જુલિયા માની ગઈ કે ભલે માથામાં જ ગોળી ધરબી દેજે.

પતિના ખૂનના મામલાને પોતાના માટે વધુ રોમાંચક બનાવવા માટે જુલિયા મર્ફેલ્ડે 'કિલર'ને કહ્યું : આ ખૂન થાય ત્યારે વધુ આઘાત લાગે તો સારું. મારા પર ઓછામાં ઓછી શંકા જાય એવી રીતે આ ખૂન કરાવવું છે. જોકે પહેલીવહેલી મીટિંગમાં જ જુલિયાએ 'કૉન્ટ્રાક્ટ કિલર'ને નિર્દેશ આપી દીધો હતો કે મારા વેસ્ટ ફોરેસ્ટ એવન્યૂના ઘરની બહાર જ આ કામ (ખૂન) થવું જોઈએ. હસતાં-હસતાં જુલિયાએ સ્પષ્ટતા કરી હતી કે ઘરમાં હત્યા થવાથી અંદર બધું સાવ અસ્તવ્યસ્ત થઈ જાય. આમ છતાં જુલિયાએ 'કૉન્ટ્રાક્ટ કિલર'ને પોતાના ઘરના ફ્લોરનો પ્લાન આપ્યો, ઘરે પહોંચવા માટેનો નકશો કાગળ પર દોરી આપ્યો, પતિનો ફોટો સુધ્ધાં આપ્યો. લાંબી ચર્ચા બાદ બંને એક વાત પર સહમત થયાં ખરાં કે જુલિયા કામ પર ગઈ હોય એ સમયે એના પતિની હત્યા માટે શ્રેષ્ઠ સ્થળ એનું ઘર જ છે. અંતે ઘરફોડીનો ગંભીર પ્રયાસ થયાનો દેખાડો કરવા માટે ઘરમાંથી કમ્પ્યૂટર જેવી ચીજોની ચોરી કરવાનું પણ નક્કી થયું.

આ કાતિલ કાવતરાની ચર્ચામાં જુલિયાએ ક્યારેય પતિની હત્યા માટે ગળે ઊતરે એવું એકેય કારણ ન આપ્યું. તેનો એકમાત્ર ઇરાદો પતિના વીમાની રકમ મેળવવાનો હતો. પોતે અત્યંત ગંભીર છે અને કોઈ પણ સંજોગોમાં પાછી હટવાની નથી એની બાંયધરીરૂપે જુલિયાએ 'કૉન્ટ્રાક્ટ કિલર'ને સો ડૉલરનું રોકડ ડાઉન પૅમેન્ટ પણ કરી દીધું.

'કૉન્ટ્રાક્ટ કિલર' એક જ વાત કહેતો રહ્યો કે, હું તમારા પતિના મોઢા પર બે ગોળી ધરબી દઈશ અને એ મરવાનો જ. આ સાંભળીને નવર્સ થઈને હળવા

સ્મિત સાથે જુલિયા બોલી, આ સાંભળીને દુઃખ થાય છે. પછી બડબડાટ સુધ્ધાં કર્યો : મારો આ આઇડિયા ખરાબ છે, પરંતુ તરત જ સ્વસ્થ થઈને જુલિયાએ પૂછ્યું : તું પકડાઈ જાય તો શું? 'કૉન્ટ્રાક્ટ કિલર' તરફથી ખાતરી મળી : 'હું બધું સહન કરી લઈશ, પણ નક્કી કરેલી ૫૦ હજાર ડૉલરની રકમ મને કે મારા સાથીને જાય તો પોલીસ તપાસના બખેડાથી તમને દૂર જ રાખીશ. આ સાથે તેણે સ્પષ્ટ શબ્દમાં ચેતવણી આપી કે આજ પછી હત્યાના દિવસ સુધી તે ક્યારેય આ પ્લાન રદ નહીં કરી શકે.

બીજી મીટિંગના અંતે બંનેએ હાથ મિલાવ્યા અને 'કૉન્ટ્રાક્ટ કિલર' તરફથી જુલિયા મર્ફેલ્ડને કહેવાયું : 'ઑલ ધ બેસ્ટ.' મીટિંગનો અંત લાવવા કારમાંથી બહાર નીકળતાં જુલિયા બોલી : થૅન્ક્યુ. તને પણ મારી શુભેચ્છા.

*

જુલિયા મર્ફેલ્ડને રાહ હતી માત્ર 'કૉન્ટ્રાક્ટ કિલર' દ્વારા કામ પૂરું થવાની, પતિના વીમાની ચાર લાખ ડૉલર મળવાની, બૉયફ્રેન્ડ સાથે મસ્તી માણવાની અને પછી તો લાઇફમાં ઓલ સેટ સમજવાનુંને?

'કૉન્ટ્રાક્ટ કિલર' યાની 'હિટ મૅન' સક્રિય થતાં જ એવું સચોટ નિશાન તાક્યું અને શૂટ કર્યું કે જુલિયા ચાર્લેન મર્ફેલ્ડ જોતી જ રહી : ન એ હસી શકે, ન રડી શકી. એકદમ સ્તબ્ધ, હતપ્રભ ને અવાચક થઈ ગઈ.

હકીકતમાં તો પતિના મર્ડર, એની ચાર લાખ ડૉલર વીમાની રકમ મેળવવાના અને નવા બૉયફ્રેન્ડ સાથે જૂના ઘરમાં રહેવાનાં સપનાં જોવા માટે જુલિયા મર્ફેલ્ડને જરાય સમય જ ન મળ્યો.

જુલિયા મર્ફેલ્ડ સપનાંની દુનિયામાં સરી પડે અને ઊડવા માંડે એ પહેલાં જ એના પગ પાસે બૉમ્બ પડ્યો અને બધાં સપનાંનો કચ્ચરઘાણ વળી ગયો. બૉયફ્રેન્ડ સાથે પતિના વીમાની રકમ પર જલસો કરવાને બદલે એ પહોંચી ગઈ જેલમાં!

હા, જુલિયા મર્ફેલ્ડના પતિની હત્યાનું કાવતરું ઘડવા બદલ પોલીસે ધરપકડ કરી લીધી. સોચા થા ક્યા ઔર હુઆ ક્યા?

આ સમજવા માટે ફ્લેશબૅકમાં જવું પડશે. જુલિયાએ પોતાના મિત્ર અને સાથી કર્મચારી કાર્લોસ રામોસ સમક્ષ સૌથી પહેલાં પતિનું કાસળ કાઢી નાખવાનો વિચાર વ્યક્ત કર્યો હતો એ યાદ છે ને? ભૂતકાળમાં પોતે જેલમાં જઈ આવ્યો હોવાથી જ જુલિયા પોતાની પાસે આવ્યાનું સમજનારા કાર્લોસે એ વાતને મજાકમાં હસી કાઢી, પણ જુલિયાએ ફરી વાત છેડી. કાર્લોસને એ એકદમ ગંભીર લાગી.

આથી ગભરાયેલો કાર્લોસ રામોસ શેરીફની કચેરી એટલે કે પોલીસ પાસે દોડી ગયો. આમ તો જુલિયા-કાર્લોસ છેલ્લા કેટલાક મહિનાથી જ હાર્વે સ્ટ્રીટ રેસ્ટોરામાં સાથે કામ કરતાં હતાં.

હવે પોલીસે 'સ્ટિંગ ઑપરેશન' કરીને જુલિયા મર્ફેલ્ડને પૂરેપૂરા પુરાવા મેળવ્યા બાદ પકડવાનો પ્રોગ્રામ બનાવ્યો. આ માટે મિશિગન સ્ટેટ પોલીસના ડિટેક્ટિવને અન્ડરકવર તરીકે જવાની જવાબદારી સોંપાઈ. કારની અંદર જુલિયા સાથે નવમી અને દસમી એપ્રિલે યોજાયેલી બંને મીટિંગમાં જુલિયાએ પોતાના પતિની હત્યાની સુપારી ખુદ પોલીસને જ આપી હતી!

'કૉન્ટ્રાક્ટ કિલર' તરીકે આવેલા પોલીસે જુલિયા મર્ફેલ્ડ પાસેથી શક્ય એટલી વધુ માહિતી બોલાવી જ નહીં, છૂપા કેમેરાથી એનું વીડિયો રેકોર્ડિંગ સુધ્ધાં કર્યું. આ વાતચીત ઉપરાંત ઘરનો ફ્લૉર પ્લાન, ઘર સુધી પહોંચવા દોરી આપેલો નકશો, ઝીણી-ઝીણી વિગતોની ચર્ચા, એડ્વાન્સ પેટે આપેલા સો ડૉલર. જુલિયા મર્ફેલ્ડ એવી જડબેસલાક રીતે સાણસામાં ફસાઈ હતી કે કોઈ જ છટકબારી બચી નહોતી.

એટલે પતિ અને પોતાનાં બે બાળકોના પિતાની હત્યાનું કાવતરું રચ્યાનું સ્વીકારી લેવા સિવાય જુલિયા પાસે કોઈ વિકલ્પ નહોતો. તેણે પોતાનો ગુનો સ્વીકારી લીધો. સરકારી વકીલ પાસેના બંને મીટિંગના વીડિયો સ્થાનિક અખબાર 'ધ મસ્કેગોન ક્રોનિકલ' પાસે પહોંચી ગયા. જુલિયા મર્ફેલ્ડ અને અન્ડરકવર પોલીસ વચ્ચેની બંને મીટિંગના વીડિયો ઇન્ટરનેટ પર પણ પહોંચી ગયા. આ વીડિયો જોનારા માની જ ન શક્યા કે આટલી યુવાન સુંદર પત્ની અને માતા પોતાના પતિના ખૂનનું કાવતરું ઘડતી વખતે આટલી શાંત, ઠંડા કલેજાવાળી અને ગણતરીબાજ કેવી રીતે હોઈ શકે? ઇમ્પૉસિબલ.

આ બધા વચ્ચે હત્યાનો ભોગ બનવાનો હતો એ પતિના પ્રત્યાઘાત કેવા હોઈ શકે? એ પત્ની માટે શું ઇચ્છી-માગી શકે? આપણી બધી કલ્પનાને ખોટી પાડે એવી અજબ-ગજબની માગણી આ માણસે પોલીસ અને અદાલત સમક્ષ કરી : 'પ્લીઝ, મારી પત્નીને માફ કરી દો, એને કેદની સજા કરતા નહીં.'

જોકે મસ્કોગોન કાઉન્ટી સર્કિટ કોર્ટના ચીફ જજ વિલિયમ સી. મેરિટીન એને શરૂઆતમાં બે ગુનામાં વીસ વર્ષ અને પોણા છ વર્ષની સજા કરી. પછી માફી માગવા અને સારા વર્તનને પગલે છ વર્ષની કેદ બાદ એને જેલમાંથી મુક્તિ મળી હતી.

અત્યારે જુલિયા ચાર્લેન મર્ફેલ્ડ ક્યાં છે એની કોઈને ખબર નથી એ વિશે વિચારવા કરતાં એનો પતિ અને બે માસૂમ બાળકો કેમ રહેતા હશે એ વિચારવું વધુ યોગ્ય કહેવાશે અને સાથી દોસ્ત કાર્લોસ રામોસને થેન્ક્યુ કહેવું પડે કે નહીં?

*

# ૧૨

# વેન્ડી એન્ડ્રીઆનો : ઝેર તો દીધાં જાણી જાણી

**અમેરિકાના** એરિઝોના રાજ્યમાં કેદી નં. ૧૯૧૫૯૩ની ઘણી ચર્ચા થઈ હતી. પેરીવિલામાં આવેલા રાજ્યના જેલ સંકુલના લુમલે યુનિટમાં મૃત્યુદંડની સજા મેળવનાર આ કેદીનું નામ છે વેન્ડી એલિઝાબેથ એન્ડ્રીઆનો.

વેન્ડીએ જે કર્યું કે એના પરના આરોપ પુરવાર થયા બાદ એને જે સજા મળી એ માનવું કે સમજવું મુશ્કેલ છે. એક અપરાધીના મનમાં શું ચાલતું હશે, કેવા સંજોગોમાં તેણે ચોક્કસ નિર્ણયો લીધા અને એ માટે જવાબદાર પરિબળોનો અભ્યાસ ભલભલા માનસ-ચિકિત્સકો માટે પડકાર બની રહે છે.

૧૯૭૦ની છઠ્ઠી ઑગસ્ટે વેન્ડી એલિઝાબેથ ઓચોઆ તરીકે જન્મ. ૧૯૯૪માં જૉસેફ એન્ડ્રીઆનો સાથે વેન્ડીએ લગ્ન કર્યાં. બંને લગ્નજીવનને વધુ માણે એ અગાઉ જૉસેફની તબિયત બગડી. અનેક ટેસ્ટ અને ખોટા નિદાન વચ્ચે સારવાર ચાલતી રહી, પણ પરિણામ મોટુંમસ મીંડું. આ કથળતી તબિયત અને ખોટી સારવાર વચ્ચે વેન્ડી-જૉસેફ બે સંતાનનાં માતા-પિતા બન્યાં. પહેલાં પુત્ર પછી પુત્રી.

પરંતુ આ સમય વચ્ચે જૉસેફની તબિયત વધુ કથળતી રહી. વાત એટલી વણસી ગઈ કે તેણે કામકાજ છોડી દેવાં પડ્યાં. વેન્ડી એપાર્ટમેન્ટ મૅનેજરની નોકરી કરીને ઘર ચલાવતી હતી. અંતે ૧૯૯૮માં લાગ્યો સૌથી મોટો આંચકો. જૉસેફને એડેનોઇડ સાયસ્ટિક કારસીનોમા હોવાનું સાચું નિદાન થયું. સરળ ભાષામાં કહીએ તો જૉસેફને કેન્સર રોગ વળગ્યો હતો અને પ્રમાણ ચિંતાજનક હતું. જૉસેફે શરૂઆતમાં તો હોલિસ્ટિક થેરપીની સારવાર કરાવી, પણ જરાય સુધારો ન થયો. વર્ષ ૨૦૦૦માં નાછૂટકે તેણે કેમોથેરપીનો આશરો લેવાનું શરૂ કર્યું.

આ તરફ વેન્ડી જવાબદારીઓથી કંટાળવા માંડી. નોકરી, બાળકો, પતિની બીમારી, ઘરનું ગુજરાન એકલે હાથે ચલાવવું. એની ધીરજનો પ્યાલો ખાલી થઈ ગયો હતો. હવે વેન્ડીની બારની મુલાકાતો વધી ગઈ. પોતાની શારીરિક

જરૂરિયાત સંતોષવા માટે તેના લગ્ન-બાહ્ય સંબંધ વધવા માંડ્યા.

જૉસેફ માટે વીમાનું કવચ ખરીદવા માટે પતિ-પત્નીએ કારસો રચ્યો. બંનેએ મળીને એક મિત્રને પટાવી લીધો. વીમો ઉતરાવવા પૂર્વેની તબીબી તપાસ માટે આ મિત્ર જૉસેફ બનીને વેન્ડી સાથે ગયો કે જેથી રિપોર્ટમાં કેન્સર ન પકડાય અને વીમો આસાનાથી ઉતારી શકાય, પરંતુ કોઈક અકળ કારણસર ક્યારેય પૉલિસી ઉતરાવાઈ જ નહીં.

જીવન, લગ્ન અને પતિ પ્રત્યે વધતા અસંતોષ વચ્ચે સૌની જાણ બહાર છાનુંછપનું વેન્ડી ઇન્ટરનેટ સર્ફિંગ માટે બેસી જતી હતી. તે અલગ-અલગ પ્રકારના ઝેર વિશે વાંચતી અને અભ્યાસ કરતી રહેતી હતી. તે બે બાબત પર જ ધ્યાન કેન્દ્રિત કરતી હતી કે દરેક ઝેરની અસર કેવી રીતે થાય, કેટલી ઝડપથી થાય અને તે ક્યાંથી-કેવી રીતે મેળવી શકાય?

વેન્ડીએ યેનકેન પ્રકારેણ જંતુનાશક દવા મેળવી લીધી. સાથોસાથ તે ગંભીર બીમારીમાં પટકાયેલા પતિને સોડિયમ અઝાઇડ નામની કૅપ્સુલ્સ આપવા માંડી.

વેન્ડીની ઝેરીલી ચાલ એવી હતી કે ધીરે-ધીરે જૉસેફની તબિયત વધુ બગડે અને જીવ જાય ત્યારે દેખાય એવું કે હૃદયરોગના હુમલાથી મોત થયું. એટલું જ નહીં, ખોટી સારવાર કર્યાનો ખટલો ઠપકારીને ડૉક્ટર પાસેથી લાખો ડૉલર વળતર તરીકે પડાવી લેવાની પણ વેન્ડીની મેલી મુરાદ હતી.

વેન્ડીના ડેડલી ડ્રામાનો ક્લાઇમેક્સ આવ્યો ૨૦૦૦ની આઠમી ઑક્ટોબરે. સ્થળ હતું દંપતીનું એપાર્ટમેન્ટ. વેન્ડીએ ૩૩ વર્ષના જૉસેફ પર બાર પાસે મૂકવાના સ્ટૂલથી હુમલો કર્યો. એટલું જ નહીં, તે તેર ઇંચના ચાકુથી જૉસેફ પર રીતસરની તૂટી જ પડી.

પરંતુ આ જીવલેણ ક્લાઇમેક્સના એકાદ કલાક અગાઉ વેન્ડી એક માસ્ટરસ્ટ્રોક રમી હતી. પોતાનો ગંભીરપણે બીમાર પતિ મરી રહ્યો છે એવું કહીને તેણે તબીબી મદદ માટેની હેલ્પલાઇન ૯૧૧નો સંપર્ક સાધ્યો હતો, પરંતુ આ પેરામેડિકલ ટીમ આવી, ત્યારે વેન્ડીએ તેમને ઘરમાં જ આવવા ન દીધા. વેન્ડીએ એકદમ ઇમોશનલ બનીને એક પતિવ્રતાની જેમ કહ્યું, 'જૉસેફે આદેશ આપ્યો છે કે હવે મને હોશમાં લાવવાનો પ્રયાસ ન કરતા, હું મરવા માગું છું.'

નાછૂટકે પેરામેડિકલ ટીમ સાચા અર્થમાં ડેલે હાથ દઈને પાછી ફરી ગઈ, પરંતુ ફરી એક કલાકમાં વેન્ડીએ ૯૧૧ ડાયલ કરીને ફરિયાદ કરી, 'પ્લીઝ, જલદી આવો. સ્વબચાવમાં મારા હાથે મારા પતિનું ખૂન થઈ ગયું છે. એ મારી મારપીટ કરતો હતો અને ખૂબ માનસિક ત્રાસ આપતો હતો. પ્રતિકારમાં અને સ્વબચાવમાં મેં...'

પરંતુ ઘટનાસ્થળે પહોંચેલી પોલીસને સમજાતા વાર ન લાગી કે કેમોથેરપી અને સોડિયમ એઝાઇડના ઝેરને લીધે ખૂબ નબળા-કૃષકાય જૉસેફ માટે પોતાનો બચાવ કરવાનું શક્ય નહોતું, તો તે વેન્ડી પર હુમલો કરે કે અત્યાચાર કરે એ તો અસંભવ છે. એ જ દિવસે જૉસેફ એન્ડ્રીઆનોના ખૂન બદલ પત્ની વેન્ડી એન્ડ્રીઆનોની પોલીસે ધરપકડ કરી.

તપાસમાં બહાર આવ્યું કે જૉસેફને ડોક પર છરી મારતાં પૂર્વે વેન્ડીએ ઓછામાં ઓછા વીસ વખત ટેબલથી બીમાર જૉસેફને ફટકાર્યો હતો.

૩૪ વર્ષની વેન્ડીને અખબારોએ લાલચુ અને બેવફા હત્યારી પત્ની ગણાવી. ખૂન કર્યા બાદ પતિને હૃદયરોગનો શિકાર ગણાવીને તબીબો પાસેથી લાખો ડૉલર પડાવી લેવાનું કાતવરું પર્દાફાશ થતાં વાર ન લાગી. પતિને માત્ર સોનાનો ઘડો સમજનારી વેન્ડીનું વર્ણન બે જ શબ્દમાં થયું : લાલચ લાલચ.

અપરાધનાં ચાર વર્ષ બાદ ૨૦૦૪ની ૨૩મી ઑગસ્ટે અમેરિકાના એરિઝોનાની મેરીકોપા કાઉન્ટીની કોર્ટમાં વેન્ડી એન્ડ્રીઆનો સામેના મર્ડર કેસનો ખટલો શરૂ થયો. આ કેસમાં ન્યાયાધીશ બ્રિયાન કે. ઈશીકાવા, સરકારી વકીલ જુઆન માર્ટિનેઝ તથા બચાવ પક્ષના વકીલો ડેનિયલ પેટરસન તેમજ ડેવિડ ડેલોઝીર હતા. ૨૦૦૪ની બાવીસમી ડિસેમ્બરે વેન્ડી એન્ડ્રીઆનાને ફાંસીની સજા સંભળાવાઈ. આ સાથે તે એરિઝોનામાં મૃત્યુદંડની સજા પામીને જીવનની અંતિમ પળની પ્રતીક્ષા કરનારી બીજી મહિલા બની.

વેન્ડીના કેસની સુનાવણી પૂરી થયા બાદ જ્યુરી ચેમ્બરમાં પહેલી ડિસેમ્બરથી વિવાદ ચાલતો હતો કે ગુનેગારને મોતની સજા કરવી કે નહીં? જ્યુરીએ જજ ઈશીકાવાને રિપોર્ટ આપ્યો કે અમે સજા અંગે સહમતી સાધવામાં અસમર્થ છીએ. જજે જ્યુરીને વધુ ચર્ચા-મંત્રણા કરવાનો નિર્દેશ આપ્યો.

અંતે મોતની સજા સંભળાવાઈ ત્યારે વેન્ડી રડી પડી. જૉસેફના પરિવારે પ્રતિભાવ આપ્યો કે સજા સાથે અમારા માટે પ્રકરણનો અંત આવી જતો નથી.

જૉસેફની માતા જેનેટ એન્ડ્રીઆનોએ આંખમાં આંસુ સાથે કહ્યું : ‘હું ક્યારેય આ બધું ભૂલી શકું એવું લાગતું નથી. મને ઈશ્વરમાં શ્રદ્ધા છે. અમારા મિત્રો અને પરિવારજનોએ આ કપરા કાળમાં ખૂબ સારો ટેકો આપ્યો.’ સ્વાભાવિકપણે જ પરિવારે જૉસેફ-વેન્ડીનાં બાળકોની દેખભાળ લેવાનું નક્કી કર્યું. જૉસેફની બહેન જીની લેમ્બેથે છ વર્ષની ભત્રીજી અને સાત વર્ષના ભત્રીજાને ક્યારેય અનાથપણાની લાગણી નહીં થાય એવી ખાતરી આપી.

સજા પછી પણ આ કેસની ખૂબ ચર્ચા થતી રહી. સરકારી વકીલે અદાલતમાં વર્ણન કર્યું હતું કે કેવી આપઘાતજનક શૈતાની શૈલીથી લાલચુ વેન્ડીએ પતિ

સાથે બેવફાઈ કરી, પતિને જંતુનાશક દવા આપી, ઝેરી કેપ્સ્યુલ આપી. એની ડોક પર છરી મારી અને ૨૩ વખત ટેબલ ફટકાર્યું એ પણ મરણોન્મુખ પડેલા કેન્સરગ્રસ્ત કૃષકાય પતિને! કોર્ટમાં ઉપસ્થિતો, પાડોશીઓ, સગાં અને મિત્રો આ માની જ શકતાં નહોતાં, પણ હકીકતના સૂરજ સામે હાથ થોડો ધરાય?

ખુદ વેન્ડી એન્ડ્રીઆનો નવ-નવ દિવસ દિવસ સુધી પોતાનો બચાવ કરતી રહી કે જૉસેફ મારા પર ખૂબ ત્રાસ વિતાવતો હતો... મેં મારા બૉયફ્રેન્ડની વાત કરી તો એ સહન ન કરી શક્યો. સાન-ભાન ગુમાવીને મારા પર તૂટી પડ્યો. અમારી બાથમબાથ વચ્ચે એક છરી મળી અને...

વેન્ડીના વકીલે પણ આ મામલાને ઘરેલુ હિંસાનો કેસ ઠરાવવાનો નિષ્ફળ પ્રયાસ કર્યો.

વળી પાછો વેન્ડીએ દાવ બદલ્યો કે કેન્સરની પીડા સહન ન કરી શકવાથી જૉસેફે પોતે જ ઝેર લીધું હતું, એટલું જ નહીં, પોતે જ પોતાને છરી મારી હતી.

જો જ્યુરીને આ વધુ અત્યંત ગંભીર પ્રકારનો ગુનો લાગ્યો ન હોત તો જજ વેન્ડીને ૨૫ વર્ષની સજા કરી શકે કે પેરોલની શક્યતા વગરની જનમટીપ ઠપકારી શકે.

જોકે વેન્ડી અદાલતમાં ખુલાસો ન કરી શકી કે ઘટનાસ્થળેથી મળેલા સૂપ ભરવાના વાસણમાં અને બાઉલમાં ઝેર ક્યાંથી અને કેવી રીતે આવ્યું? જૉસેફ કદાચ સૂપ પીતી વખતે બાઉલમાં ઝેર ભેળવી શકે, પણ સૂપ બનાવવાના વાસણમાં તો સૂપ બનાવનારે જ ઝેર ભેળવ્યાની શક્યતા વધુ રહેને?

અદાલતમાં એ પણ સાબિત થયું કે વેન્ડીએ પતિને ઝેર આપવા માટે બનાવટી નામે જંતુનાશક દવા ખરીદી હતી.

વેન્ડી જ્યુરીનાં મન-મગજ બદલવા શક્ય એટલા પ્રયાસો કરી છૂટી : હું ખુદ પતિથી પીડિત પત્ની છું. ઝેર મેળવવાનો અને વીમા કવચ મેળવવાનો તુક્કો જૉસેફનો જ હતો. ઝેર પીધા પછી એ ગભરાઈ ગયો અને પોતાને હૉસ્પિટલે લઈ જવા મને કહ્યું. મારા એક મિત્રે ૯૧૧ થકી મદદ માંગવાની સલાહ આપી અને મેં એમ કર્યું, પણ પછી એણે નિર્ણય બદલી નાખ્યો.

મારા પતિએ ઝેરીલી કેપ્સ્યુલ લીધા પછી અચાનક એના ધ્યાનમાં આવ્યું કે ટેબલના ખાનામાંથી કૉન્ડોમ ગાયબ છે. તે કરગરવા લાગ્યો કે બોલ કૉન્ડોમ ગયું ક્યાં?. મેં મારા વન-નાઇટ રિલેશનની વાત કરી તો દિમાગ પર અંકુશ ખોઈ બેઠો. ફોનના દોરડાથી મારું ગળું દબાવવાનો પ્રયાસ કર્યો. તેણે છરીથી ફોનનો વાયર કાપવાનો પ્રયાસ કર્યો, પણ હું માંડ માંડ છરીથી વાયર કાપીને છટકી ગઈ. પછી મેં સ્વ-બચાવમાં એને ટેબલ માર્યું. એની એક જ ઘડી પછી

તેણે જ પોતાને છરી મારી...

પરંતુ પાડોશી, મિત્રો અને પેરામેડિકલ ટીમે જુબાની આપી કે પહેલી વખતે તાકીદની તબીબી મદદ આવી ત્યારે વેન્ડીએ દરવાજો નહોતો ખોલ્યો. કલાક પછી બીજી વખતે ફોન કર્યા બાદ તેણે મુખ્યને બદલે બાજુનો દરવાજો ખોલ્યો ત્યારે વેન્ડી સ્નાન કરીને બહાર આવી. છેક આખું બિલ્ડિંગ ફરીને આવીને કહેવા માંડી કે હવે તમે બધા જાઓ, જરૂર નથી.

વેન્ડી એન્ડ્રીઆનોને ફાંસીની સજા બાદ એરિઝોનાની જેલમાં મોકલાઈ. ત્યાં વધુ એક મહિલા કેદી ડેબ્રા મિલ્કે પોતાના એકમાત્ર પુત્રના ખૂન કેસમાં અન્યાયનો ભોગ બનીને ફાંસીની સજા બાદ મોતની પ્રતીક્ષા કરતી હતી, પરંતુ વેન્ડીનો કેસ સાવ અલગ હતો. હકીકતમાં સાવ જ અલગ માટીમાંથી બની હતી વેન્ડી એન્ડ્રીઆનો.

*

વેન્ડી એન્ડ્રીઆનો. બે સંતાનની માતાએ કેન્સરગ્રસ્ત પતિ જૉસેફની અત્યંત પાશવીપણે – ઝેર આપીને, ટેબલ ધબાધબ ઠપકારીને તથા છરી હુલાવીને – હત્યા કરી. અદાલતે ૩૪ વર્ષની વેન્ડીને ફાંસીની સજા ફટકારાઈ ૨૦૦૪ની ૨૨મી ડિસેમ્બરે. એરિઝોના જેલની કેદી નં. ૧૯૧૫૯૩ વેન્ડી એન્ડ્રીઆનો બે નિરાધાર સંતાનો, મૃત પતિ કે ફાંસીની સજા છતાં પોતાના મૂળ સ્વભાવને છોડી-વીસરી ન શકી!

કમનસીબ જૉસેફ અને જોરૂકી વેન્ડીને લીધે થોડા સામાન્ય માણસો કેવી સ્થિતિ-સંજોગો-લાગણીની દુનિયામાંથી પસાર થાય એના પર નજર કરીએ. આ ચકચારભર્યા મર્ડર કેસ માટે પસંદ કરાયેલી જ્યુરીએ બજાવેલી કામગીરી ખરેખર દાદને કાબિલ છે. જ્યુરી ભલે સામૂહિક ન્યાયાધીશની ભૂમિકા ભજવે, પરંતુ તેઓ પ્રોફેશનલ વકીલ કે ન્યાયમૂર્તિ ન હોય, એકદમ આમ આદમી હોય. એમની પોતાની અલગ કામગીરી, દુનિયા, પરિવાર, ભાવ-જગત અને અનુભવવિશ્વ હોય, જેમાં અપરાધ-વકીલાત કે ન્યાય-અન્યાયનો ફેંસલો તોળવાની અઘરી કામગીરી થતી. એમાં કોઈકનું ખૂન થયું હોય અને અન્યના જીવન કે મોતનો ફેંસલો લેવામાં નિમિત્ત બનવું એ સરળ-સહજ નથી.

૧૭ અઠવાડિયાં સુધી ચાલેલાં જૉસેફ એન્ડ્રીઆના મર્ડર કેસે બધા જ્યુરી મેમ્બરની જિંદગી સાવ જ બદલી નાખી હતી.

એરીઝોનાના ગિલ્બર્ટ નિવાસી લિન્ડા પર્સી રિઅલ એસ્ટેટનું કામકાજ કરે.

૬૩ વર્ષની લિન્ડાના ધંધાનો તો ભોગ લેવાઈ જ ગયો આ કેસથી. પરંતુ એમને સૌથી મોટો વસવસો એ રહી ગયો કે પોતે ૯૭ વર્ષનાં વયોવૃદ્ધ અને બીમાર દાદીમાને મળવા વેસ્ટ વર્જીનિયાન ન જઈ શક્યાં. પર્સી લિન્ડા સ્પષ્ટ હતાં કે ફર્સ્ટ-ડિગ્રી મર્ડર બદલ વેન્ડીને દોષિત માનવાનું ખૂબ આસાન હતું, પરંતુ એને મોતની સજા કરવાના નિર્ણય પર પહોંચવાનું એટલું જ મુશ્કેલ હતું. એ નિર્ણય ખૂબ જ અઘરો હતો, પણ એકદમ સાચો હતો. મારાં સંતાનો વેન્ડીની ઉંમરનાં છે એટલે એ આસાન નહોતું. આથી મેં આખા મામલા પર ફરી ફરી વિચાર કર્યો. મારે એકદમ ચોક્કસ-નિશ્ચિત નિર્ણય આપવો હતો.

આ કશમકશ વચ્ચે લિન્ડા પર્સી ક્યારેય વેન્ડી એન્ડ્રીઆનોના વકીલ શેરોન મરફીની દલીલ પર અણિયાળી ટિપ્પણ કરવાનું ચૂકતી નહીં. મરફીની વાત મુજબ તો આ કેસમાં લગભગ બધા સંબંધ ખોટા-ખરાબ-તંગ ગણાય!

ગિલ્બર્ટનો જ ૨૭ વર્ષીય રહેવાસી ટેનર કેટાલાનોને નોકરીની શોધ વચ્ચે આ જ્યુરી બનવાનું કામ મળ્યું. આ ખટલાએ નવી નોકરી શોધવાની ઝુંબેશને અભેરાઈ પર ચડાવી દેવાની ટેનરને ફરજ પાડી. કૉલેજનો આ ભૂતપૂર્વ હૉકી ખેલાડી પાર્ટ-ટાઇમ હૉકી ટ્રેઇનરનું કામ કરતો હતો અને ખટલાથી અનુભવાતી તાણથી મુક્તિ પણ હૉકી રમીને જ મેળવતો હતો. ટેનર સ્પષ્ટ શબ્દોમાં કહેતો હતો કે હું જીવનમાં ઘણી હૉકી મૅચ રમ્યો, પણ આ મર્ડર કેસની તોલે કોઈ મૅચ ન આવે. આ કેસની વિગતો રાતે ખૂબ જ હેરાન-પરેશાન કરતી. એક-એક ચિત્ર, એક-એક વાત નજર સામે આવે. એક સપ્તાહાંતે ત્રણ દિવસની રજા આવી એથી ચર્ચા-મંત્રણા બંધ રહી એ ખૂબ જ મુશ્કેલ સમય હતો. ક્યારેક હું રાતે માંડ ચારેક કલાક ઊંઘી શકતો હતો, પરંતુ જૉસેફ અને વેન્ડી એન્ડ્રીઆનોના પરિવારે સહન કરેલી તાણ સામે અમારી આ વેદના કંઈ ન ગણાય!

અન્ય જ્યુરરનું નામ મેરી ફોબસ. ઉંમર ૭૪ વર્ષ. સ્વાભાવિકપણે જ નિવૃત્ત. મેરી ખટલાના મોટા ભાગથી ખુશ હતી. જોકે જૉસેફ અને પોતે સાથે મરવાનું/આપઘાત કરવાનું નક્કી કર્યું હતું તથા એના ભાગરૂપે આ હત્યા થયાની વેન્ડીની દલીલ મેરીને ગળે ન ઊતરી. બચાવ પક્ષનું આ બચાવનામું માત્ર મેરી જ નહીં, પણ બધેબધા જ્યુરી મેમ્બર્સને માનવામાં નહોતું આવ્યું. મેરીને અશ્ચર્ય એ વાતનું થયું કે વેન્ડીએ ક્યારેય જૉસેફને મારી નાખ્યાનું સ્વીકાર્યું નહીં. આટલી વધુ ઉંમર, પરિપક્વતા, અનુભવ અને સ્વસ્થતા છતાં મેરી ફોબસ માટે રોજ ચાર-ચાર કલાક સાક્ષીની જુબાની, ઊલટતટપાસ અને ઉગ્ર ચર્ચા બાદ રાતે આરામથી ઊંઘવાનું આસાન નહોતું : 'કાં ઊંઘ ન આવે કાં આ મર્ડર કેસનાં

જ સપનાં આવે. સતત એક જ ફિકર રહે કે હું (આ કેસમાં) જે કંઈ કરીશ કે કરી રહી છું એ સાચું, યોગ્ય અને ન્યાયી હશેને?

જ્યુરીના સભ્યોમાં ભૂતપૂર્વ વિમાન મિકેનિક જે એરકે પણ ખરા. ઉંમર વર્ષ ૪૮. જે માટે આ ખટલો ઘણી રીતે રાહતરૂપ હતો. આ કેસને લીધે તેને ગ્રેવયાર્ડની નોકરીમાંથી છુટ્ટી મળી. આ ઉપરાંત તેના છૂટાછેડાનો કેસ ચાલતો હતો, એમાં તેને પોતાના ચાર વર્ષના પુત્ર સાથે વધુ સમય ગાળવા મળ્યો. એરકે સ્પષ્ટ હતો કે વેન્ડી એન્ડ્રીઆનોની અકલ્પ્ય ક્રૂરતા અન્ય બધાં કારણોથી વધુ આઘાતજનક હતી. આ સાથે તેને લાગ્યું કે વેન્ડીનાં પગલાં પાછળ સૌથી મોટું કારણ આર્થિક સલામતીની તલાશ હતી. પોતાના પતિને ઝેર દ્વારા મારી નાખીને એક પરફેક્ટ મર્ડર પ્લાન કર્યા બાદ ૨૩ વાર ટેબલ ફટકાર્યા બાદ તે એકદમ ગભરાઈ ગઈ અને તેને છરી પણ મારી બેઠી. ચિંતા-ફિકર-ઉતાવળે જ વેન્ડીને એવી ફસાવી કે એ ક્યાંયની ન રહી.

આ વૈચારિક સંતુલન છતાં જે એરકેને થોડી ઘણી એક જ વાતની ફિકર હતી કે કોઈની નિયતિ ઘડવાના અંકુશ-શક્તિ પોતાના હાથમાં હતાં. ક્યાંય ભૂલ-દુરુપયોગ તો નહીં થાયને?

જ્યુરી બોર્ડમાં વૈકલ્પિક સભ્ય તરીકે ૫૪ વર્ષની માર્થા કોલ્વિન હતી. તેનું સ્પષ્ટપણે માનવું હતું કે વેન્ડી દોષિત-ગુનેગાર હતી, પણ તેણે પોતાના અપરાધને છુપાવવા જુઠ્ઠાણાં પર જુઠ્ઠાણાં ન ચલાવ્યાં હોત તો મૃત્યુદંડથી બચી ગઈ હોત. આમ છતાં એ બિચારીને ફાંસીએ લટકાવી દેવાની તરફેણ કરનારા ૧૨ જ્યુરી સભ્યોની સાથે હું સંમત ન થાઉં. માર્થાને છેલ્લે સુધી ખાતરી હતી કે વેન્ડીને ફાંસીની સજાની ભલામણ ન કરવા માટે પોતે અન્ય સભ્યોને સમજાવી શકશે.

જ્યુરર લિન્ડા પર્સીએ જરાય અચકાટ વગર સ્પષ્ટ કર્યું કે અમે જીવનના ચાર મહિના આ ખૂનકેસ માટે આપ્યા છે. જોકે એ વાતની નોંધ લેવી જ પડે કે જ્યુરીએ ચુકાદો આપવામાં જરાય ઉતાવળ નહોતી કરી. વેન્ડીને સજાની ભલામણ કરવા અગાઉ તેમણે બચાવ પક્ષ દ્વારા માફી આપવાના ૨૩ કારણોની સવિસ્તર ચર્ચા કરી હતી. પર્સીની એ વાત વ્યાજબી છે કે, 'જ્યારે કોઈના જીવન અંગે ફેંસલો આપવાનો હોય ત્યારે તમારે એક-એક મુદ્દા ધ્યાનમાં લેવાના હોય. અમે કોઈ બાબત હળવાશથી લીધી નહોતી.'

જીવનભરમાં એક વાર જ્યુરી બનવાની કામગીરી અદ્ભુત અનુભવ છે. સાથેસાથે એ ન્યાય-પ્રક્રિયા તેમના વિશ્વાસને વધુ સબળ બનાવે છે, એવું આ કેસના જ્યુરીનું માનવું હતું.

કોઈકના જીવન-મરણનો ફેંસલો કરવામાં સામાન્ય માનવી તરીકે અસામાન્ય

ફરજ બજાવનારાઓના ભાવ-જગતમાં ડોકિયું કર્યા બાદ જોઈએ કે આ આખા મામલાની ખલનાયિકા તરીકે બહાર આવેલી વેન્ડી એન્ડ્રીઆનોએ શું કર્યું?

પોતાના જુઠ્ઠાણાંથી જ્યુરી મેમ્બર્સને પ્રભાવિત ન કરી શકી, ત્યારે વેન્ડી બરાબરની વીફરી. એક તબક્કે જ્યુરી મેમ્બર્સની ચર્ચા-મંત્રણામાં ફાંસીની સજા અંગે મડાગાંઠ સર્જાઈ હતી. આ સમયે જજે તેમને ફરીથી ચર્ચા શરૂ કરવાની સલાહ આપવા સાથે જરૂર હોય તો તેમના સવાલો-જિજ્ઞાસા માટે કાનૂની મદદ કરવાની ઑફર કરી હતી. જજની આ સલાહ-ઑફરને જ્યુરી મેમ્બર્સ પર દબાણ લાવવાની ચેષ્ટા ગણાવીને વેન્ડીએ એનો વિરોધ કર્યો હતો.

આ મામલે દાળ ન ગળી, તો વેન્ડીએ નવો પાસો ફેંક્યો કે અમેરિકાના બંધારણ મુજબ આ મોતની સજા અસાધારણ ગણાય અને જીવલેણ ઇન્જેક્શન આપવાની પ્રથા ક્રૂર છે, કારણ કે કાયદામાં ડોઝની માત્રા અને ઇન્જેક્શન આપવાની ટેક્નિક વિશે કોઈ સ્પષ્ટતા ઉપલબ્ધ નથી.

જોકે સુપ્રીમ કોર્ટે સર્વાનુમતે આપેલા પોતાના ૩૯ પાનાંના અભિપ્રાયમાં જૉસેફ એન્ડ્રીઆના મર્ડર કેસમાં ગુનેગાર જાહેર થયેલી વેન્ડી એન્ડ્રીઆનોના બધાં વાંધા-દલીલ ફગાવી દીધાં. પછી કિલર વેન્ડી એરિઝોનાની જેલમાં મૃત્યુદંડની સજાના અમલની પ્રતીક્ષા કરવા માંડવી હતી.

એરિઝોનામાં ૧૯૩૦માં બાવન વર્ષની ઈવા ડુગાનને ફાંસી થઈ હતી. અન્ય ગુનેગાર ડેબ્રા મિલ્કેનો પણ અત્યારે વેન્ડી એન્ડ્રીઆનો સાથે અનિશ્ચિતતા વચ્ચે મોતની પ્રતીક્ષા કરે છે. કોઈ ચમત્કાર ન થાય ત્યાં સુધી તો વેન્ડીએ ઝેરી ઇન્જેક્શનની જીવલેણ કલ્પનામાં પળે-પળે થોડાં-થોડાં મરવાનું છે.

*

૧૩

# અમાન્ડા હટન : દારૂની લત માટે દીકરાને મરવા દીધો

**સંતાનો** માટેના માતાના પ્રેમ, વહાલ, હૂંફ, કાળજી અને ત્યાગની ગાથાઓથી વિશ્વ-સાહિત્ય ફાટફાટ થાય છે. હકીકતમાં તો આ નિઃસ્વાર્થ-નિર્મળ સંબંધને વર્ણવવા માટે વધુ શબ્દોની જરૂર નથી. આ સંબંધ, અદ્ભુત, અપ્રતિમ અને શબ્દાતીત છે. થોડામાં ઘણું કહી શકાય કે મા એ મા, બાકી બધા વગડાના વા.

આ પ્રેમાળ પરંપરામાં પાશવી અપવાદ એટલે અમાન્ડા હટન. ૪૩ વર્ષની અમાન્ડા એક-બે નહીં, પૂરાં આઠ સંતાનોની માતા. વધુ પરિચયમાં કહી શકાય કે અમાન્ડા એટલે ઘરેલું હિંસાની શિકાર. અમાન્ડા એટલે એક નંબરની દારૂડિયણ. અમાન્ડા એટલે પશુઓને પણ શરમાવે કે ઘણા સારા કહેવડાવે એવું પાષાણ-હૃદય ધરાવતી સ્ત્રી. આ તો થયો અમાન્ડાનો ધ્રુજાવતો અલ્પ પરિચય.

અમાન્ડા હટનનો મુખ્ય પરિચય એટલે પોતાના પુત્રને ક્રૂર રીતે મરવા દેનારી માતા. મૃત પુત્રની લાશને લાંબો સમય ઘરમાં સંતાડી રાખનારી માતા. અન્ય સંતાનોને દોઝખ જેવું જીવન જીવવા મજબૂર કરનારી માતા.

કોઈ માતા આવું કરે એ માની ન શકાય, પરંતુ આ હકીકત છે. જે અદાલતમાં પુરવાર થઈ ચૂકી છે. દારૂની બંધાણી અમાન્ડા હટન પર માનવવધનો આરોપ પુરવાર થયો છે. સગા માસૂમ દીકરા હમઝાના મોત બદલ તે કસૂરવાર ઠરી છે. તેણે ચાર વર્ષના હમઝાને ભૂખે મરવા દીધો અને પછી તેની લાશને દફનાવ્યા વગર પલંગ પર પડી રહેવા દીધી.

આટલી ક્રૂરતા ઓછી હોય તેમ અમાન્ડા હટને પોતાના અન્ય સંતાનોને ધમકી આપી કે જો તમારા ભાઈ (હમઝા) સાથે જે થયું છે એની કોઈને વાત કરી તો તમને પણ મારી નાખીશ. આ શાબ્દિક ધમકી આપવાને બદલે તેણે

હમઝાના મોતના બીજા દિવસે અન્ય સંતાનના ગળા પર ચાકુ મૂકી દીધું હતું! એટલું જ નહીં, ઘરને આગ ચાંપવાની ધમકી પણ આપી હતી.

૨૦૦૯માં મોત બાદ ૨૦૧૧ના સપ્ટેમ્બરમાં હમઝાના રહ્યાંસહ્યાં અવશેષ અત્યંત જુગુપ્સાપ્રેરક અવસ્થામાં અમાન્ડાના ઘરેથી મળી આવ્યા હતા. અમાન્ડા હટન વિશે જજ રોજર થોમસે સચોટ શબ્દોમાં ટિપ્પણ કરી કે હમઝાના જન્મના પહેલા દિવસથી જ અમાન્ડા માતા તરીકેની ફરજ બજાવવામાં ચૂકી હતી. આ અગાઉ અમાન્ડાએ ખુદ કબૂલાત કરી ચૂકી હતી કે પાંચ અને તેર વર્ષની વચ્ચેના અન્ય પાંચ બાળકો પ્રત્યે બેદરકારી દાખવવામાં અને હમઝાની અંતિમવિધિ અટકાવવા બદલ હું જવાબદાર છું. અદાલતમાં કાર્યવાહી કે પોતાની કબૂલાત દરમિયાન અમાન્ડા હટનનો ચહેરો એકદમ સપાટ, ભાવવિહીન અને કોઈ જાતની લાગણી વગરનો હતો.

ઇંગ્લૅન્ડના શહેર બ્રેડફૉર્ડ સ્મિત ફ્લેફ્ટન રોડ પર આવેલા અમાન્ડા હટનના ઘરમાં બનેલા કમકમાટી ઉપજાવતા અપરાધ વિશે જજસાહેબે કહ્યું કે, કલ્પના પણ ન કરી શકાય એવી આ ઘટના માતા દ્વારા સંતાનની હત્યાનો મામલો છે. આ અપરાધ કાયદા અને વ્યવસ્થાને સ્પર્શે છે એનાથી વધુ સમાજકારણને સ્પર્શે છે. સૌને એક જ સવાલ સતાવતો હતો કે એકવીસમી સદીના બ્રિટનમાં સાડા ચાર વર્ષનું બાળક ભૂખથી મરી જાય એ કેવી રીતે શક્ય બને? અમાન્ડા હટનને દારૂની ભયંકર લત હતી. આ કુટેવના પ્રભાવ હેઠળ જ તેણે પોતાના સ્વાર્થ માટે સંતાનોની જીવલેણ અવગણના કરી. અનેક ક્રૂરતમ ગુનાના સાક્ષી બની ચૂકેલા પીઢ પોલીસ અધિકારીઓ પણ હમઝાની લાશ, અમાન્ડાના ઘરની ભયંકર સ્થિતિ અને અન્ય સંતાનોની હાલત જોઈને એકદમ હેબતાઈ ગયા હતા.

આ ખટલાથી બ્રિટનમાં વધુ એક સવાલે ભોરિંગની જેમ ફુંફાડો માર્યો : સમાજમાં કેટલીય હેલ્થકેર એજન્સીઓ કાર્યરત હોવા છતાં હમઝા જેવી ઘટના બની કઈ રીતે? અમાન્ડા હટને બદઇરાદા સાથે વિવિધ એજન્સીઓને પોતાના ઘર અને સંતાનો સુધી પહોંચતા રોક્યાનું દીવા જેમ સ્પષ્ટ છે. હટનના હોરર હોમ પર કાયમી પડદો પાડવામાં નિમિત્ત બન્યા પોલીસ ઑફિસર જોડી ડન્સમોર. અમાન્ડા હટન સામેની અસામાજિક વર્તનની ફરિયાદનું પગેરું મેળવીને તેમણે હાઉસ ઑફ હોરર શો પર પડદો પડાવ્યો.

અદાલતે અમાન્ડા હટનને માનવ-વધ બદલ ૧૨ વર્ષની, બાળકો પર ક્રૂરતા સબબ ત્રણ વર્ષની તથા હમઝાની અંતિમવિધિ ન થવા દેવાને કારણે અઢી વર્ષની સજા ફટકારી. આ સાથે અમાન્ડાના સૌથી મોટા પુત્ર તારીક ખાનને બે વર્ષની

કેદની સજા ફટકારાઈ. તેણે પોતાના ભાઈની લાશની દફનવિધિ ન થવા દેવાનો ગુનો કબૂલી લીધો હતો.

આ ઘટનામાં અમાન્ડાના પતિ અને તેના આઠ બાળકોના પિતા આફતાબ ખાનની ઘોર બેદરકારી અને નિષ્ક્રિયતા અંગે પણ સવાલો ઊઠ્યા.

સાડા ચાર વર્ષના બાળકની બે વર્ષથી ન દફનાયેલી લાશ, કુપોષણથી સબડતાં બાળકો, ગંધાતું ઘર, ફ્રિજની અંદર ભયંકર વાસ મારતી ખાદ્યસામગ્રી, આ બધાથી સાવ લાપરવાહ દારૂની ચુસ્કી પીતી માતા...

આ સીન તો ભયંકર હોરર ફિલ્મના કલ્પનાશીલ લેખક માટે મુશ્કેલ કામ લાગે. મગર ઐસા હોતા હૈ...

*

# ૧૪

# આન્દ્રિયા કેનેડી : જનનીની માંદગી બની જીવલેણ

**લગભગ** બધી સંસ્કૃતિ અને સાહિત્યમાં માતાનાં ખૂબ ગુણગાન ગવાયાં છે. એમાં કંઈ ખોટું નથી, જેટલું કહેવાય એટલું ઓછું છે. માતાના સંતાન માટેનાં ત્યાગ, બલિદાન, પીડા, વેદના, પ્રેમ, વહાલ તો શબ્દોથી પર છે. માતા તો આજીવન અનુભવવાનું જીવતું જાગતું સ્વર્ગ છે.

આમાં કેટલાક અપવાદ હોય, કલ્પનાતીત અપવાદ. એની આંતરરાષ્ટ્રીય યાદી બનાવીએ તો આન્દ્રિયા કેનેડી યેટ્સનું નામ આવે ને આવે જ. એને અત્યંત ક્રૂર ગણવી કે ભયંકર કમનસીબ એ મુદ્દો અદાલત સુધ્ધાંમાં ચર્ચાયો હતો, પણ એનો ફેંસલો વાચકો પર છોડી દઈએ.

અમેરિકાના ટેક્સાસ સ્થિત હ્યુસ્ટનમાં ૧૯૬૪ની બીજી જુલાઈએ આન્દ્રિયા કેનેડી પાંચ ભાઈ-બહેનોમાં સૌથી નાની. જર્મન અને આયર્લૅન્ડનું લોહી ધરાવતાં માતા-પિતાની આ દીકરીનો ઉછેર કેથેલિક વાતાવરણમાં થયો. ટીનએજર ન થઈ, ત્યાં પહેલી નજરે સાવ સામાન્ય લાગે એવી માનસિક બીમારી એને વળગી. એને ‘બુલીમીક’ અર્થાત્ ‘ક્ષુધાતિશય’ની તકલીફ થઈ. આમાં વ્યક્તિ અત્યંત વધુ ખાય અને એ માટે પોતાની જાતને દોષિત માનવાની માનસિક વ્યથાથી પીડાય. લગભગ સત્તરમા વર્ષે તો તેણે ફ્રેન્ડ સાથે જીવ આપી દેવા આપઘાતની ચર્ચા શરૂ કરી દીધી. કાશ, આ આગમના અમંગળ એંધાણ કોઈક પારખી શક્યું હોત.

આ પહેલી નજરે ન દેખાતી માનસિક બીમારી કે તકલીફોને નજરઅંદાજ કરો તો આન્દ્રિયામાં કંઈ અસાધારણ નહોતું. એ નૉર્મલ, એકદમ એક્ટિવ યુવતી હતી. મૉનિટર અને સ્વિમિંગ ટીમની કૅપ્ટન. ૧૯૮૨માં ગ્રેજ્યુએટ. પછી બે વર્ષનો નર્સિંગ કોર્સ કર્યો. ૧૯૮૬થી આઠ વર્ષ સુધી એક કૅન્સર સેન્ટરમાં નર્સ તરીકે કામ કરતી હતી.

આની વચ્ચે ૧૯૮૯ના ઉનાળામાં આન્દ્રિયા કેનેડીની આંખો રસેલ યેટ્સ સાથે ચાર થઈ અને બેઉંના દિલની ધડકન બમણી થઈ ગઈ. થોડા સમયમાં જ બંને એક એપાર્ટમેન્ટમાં સાથે રહેવા માંડ્યાં. પછી ૧૯૯૩ની ૧૭મી એપ્રિલે બંને પરણી ગયા. બાય ધ વે, રસેલ યેટ્સ તેનાથી વર્ષ બે વર્ષ નાનો હતો, પરંતુ લગ્ન સાથે જ બંનેએ વિચિત્ર ઘોષણા કરી : 'અમે શક્ય એટલાં વધુ સંતાનોનાં માતા-પિતા બનીશું' અને એક ડગલું આગળ વધતાં ફ્રેન્ડસવુડ ટાઉનમાં ચાર બેડરૂમનો ફ્લૅટ ખરીદી પણ લીધો.

૧૯૯૪ના ફેબ્રુઆરીમાં પધરામણી થઈ પ્રથમ સંતાન અર્થાત્ પુત્ર નોઆહની. 'રસ્ટી'ના હુલામણા નામેય ઓળખાતા પિતા રસેલ યેટ્સને ફ્લોરિડામાં નોકરી મળી એટલે પૂરો પરિવાર સેમીનોલેમાં નાનકડા ટ્રેલર (હરતા-ફરતા પૈડાં પરના ઘર)માં સ્થાયી થયું, પરંતુ આ વ્યવસ્થા લાંબી ન ચાલી. ત્રીજા પુત્ર પોલના જન્મ સાથે હ્યુસ્ટન આવ્યાં અને હા, મોટર હોમમાં રહેવા માંડ્યા. પછી આવ્યો ચોથો પુત્ર લ્યૂક.

આ સાથે જ આન્દ્રિયા તબિયતમાં ગરબડ અનુભવવા લાગી. કોઈ દેખીતી તકલીફ કે પીડા-વેદના નહીં, પણ હતાશાની ઊંડી ઊતરી જતી ગર્તા. રસ્ટીને બરાબર યાદ રહી ગયું કે ૧૯૯૯ની ૧૬મી જૂને આન્દ્રિયા ધ્રૂજતી-કંપતી હતી અને આંગળાં ચાવતી હતી. શું થવા માંડ્યું હતું?

બીજા દિવસે તેણે વધુ પડતી સ્લીપિંગ પીલ્સ લઈને આત્મહત્યાનો પ્રયાસ કર્યો. હતાશાની ગૂંગળામણ કેવી અને કેટલી ગૂંગળાવનારી-અસહ્ય હશે? હૉસ્પિટલમાં હતાશા-વિરોધી દવાથી કંઈક રાહત મળવા માંડી...

પરંતુ હૉસ્પિટલમાંથી ઘરે આવીને આન્દ્રિયા પતિ રસેલ સમક્ષ કરગરવા માંડી. 'પ્લીઝ... પ્લીઝ... મને... મને મરી જવા દે.' આ વાતથી દિગ્મૂઢ થયેલો રસેલ સ્વસ્થ થાય એ પહેલાં તો આન્દ્રિયાએ પોતાના ગળા પર ચાકુ મૂકી દીધું.

ફરી હૉસ્પિટલમાં. અહીં તેની જાતજાતની સારવાર થઈ, પરંતુ એમાં માનસિક બીમારી મુખ્ય હતી. એન્ટી-સાયકોટિક ડ્રગ વધુ કારગત નીવડી એટલે હૉસ્પિટલ છોડતી વખતે ખાસ તાકીદ કરાઈ કે આ ગોળી ચાલુ જ રાખજો.

આન્દ્રિયાની તબિયતને લીધે યેટ્સ કુટુંબ નાનકડા ઘરમાં રહેવા માંડ્યું. લાગતું હતું કે હવે તબિયત ધીરે ધીરે થાળે પડી રહી છે, પરંતુ ૧૯૯૯ના જુલાઈમાં આવ્યો નવર્સ બ્રેકડાઉન. આમાં આપઘાતના બબ્બે પ્રયત્ન. સ્પેશિયલ સાઇકિયાટ્રિક હૉસ્પિટલમાં સારવાર અપાઈ. હવે આ માનસિક બીમારીનું કારણ મળ્યું-પોસ્ટ પૉર્ટમ સાઇકોસિસ. પ્રસૂતિને લીધે થતી હતાશાની બીમારી.

આ સાથે જ સાઇકિયાટ્રિસ્ટે યેટ્સ દંપતીને ચેતવણી આપી : 'હવે વધુ બાળક ન થાય એનું ધ્યાન રાખજો. અન્યથા આવશે વધુ ભયંકર હતાશા.'

*

આન્દ્રિયા યેટ્સને પ્રસૂતિ બાદની માનસિક બીમારી વળગી હતી. સાઇકિયાટ્રિસ્ટે ચેતવણી સુધ્ધાં આપી હતી કે આગામી ડિલિવરીથી એ ચોક્કસપણે હતાશાની જીવલેણ ગર્તામાં સરી પડશે માટે સાવધાન.

પરંતુ આન્દ્રિયાએ કે રસેલે કે પછી બંનેએ આ ચેતવણીને જરાય ગંભીરતાથી ન લીધી. હૉસ્પિટલમાંથી રજા મળ્યાનાં લગભગ સાત અઠવાડિયાં બાદ એ ફરી ગર્ભવતી થઈ ચૂકી હતી. આ સાથે જ તેણે એન્ટિડિપ્રેશન્ટ ટેબ્લેટ લેવાનું પણ બંધ કરી દીધું હતું. ૩૦મી નવેમ્બરે મેરી નામની બાળકીની સલામતપણે પ્રસૂતિ થઈ.

ફફડાટ છતાં બધું બરાબર ચાલતું હતું. ત્યાં જ ૨૦૦૧ની ૧૨મી માર્ચે પિતાના અવસાનથી ફરી આન્દ્રિયા આખેઆખી હચમચી ઊઠી. તેણે સારવાર-દવા બધું બંધ કરી દીધું. પોતાને જ ઈજા પહોંચાડવા માંડી. એકદમ ગાંડાની જેમ ઝનૂનીપણે બાઇબલ વાંચવા માંડી. નાની બાળકી મેરીને સ્તનપાન કરાવવાનું પણ છોડી દીધું.

તાત્કાલિક આન્દ્રિયાને હૉસ્પિટલ ખસેડાઈ. એકાદ મહિનાની સારવાર બાદ ઘરે પાછી ફરી. પરંતુ ૨૦૦૧ની ત્રીજી મેએ આન્દ્રિયાની માનસિક હાલત જોખમી હદે કથળી ગઈ. બીજા દિવસે ફરી હૉસ્પિટલમાં લઈ જવાઈ ત્યારે માનસ ચિકિત્સકો એક તારતમ્ય પર આવ્યા કે આન્દ્રિયામાં હવે આત્મઘાતક વૃત્તિ ઘર કરી ગઈ છે. તેણે પોતાની જાતને ડુબાડી દેવા માટે ટબ પણ પાણીથી ભરી દીધું હતું. વીસમી જૂન સુધી આન્દ્રિયાની સારવાર ચાલતી રહી.

આ દરમિયાન આન્દ્રિયાની કથળેલી તબિયત અને સારવારની અવધિ વધતી જતી હતી. તબીબોએ આન્દ્રિયાનું સતત ધ્યાન રાખવાની ચેતવણી આપવા છતાં એની અવગણના કરીને રસેલ માનસિક રીતે બીમાર આન્દ્રિયાને બાળકો પાસે મૂકીને પોતાના કામકાજ માટે બહાર નીકળ્યો. અલબત્ત, એકાદ કલાકની અંદર પોતાની માતા ડોરા આન્દ્રિયા એનાં બાળકો પાસે પહોંચી જાય એની વ્યવસ્થા રસેલે કરી જ હતી.

રસેલના ઘર છોડવાના અને તેની મમ્મી ડોરાના ઘરે આવવા વચ્ચેના એક કલાકમાં ન થવાનું થઈ ગયું. કોઈ ક્યારેય કલ્પી ન શકે એવી ભયંકર ઘટનામાં આન્દ્રિયાએ એક પછી એક કરીને પોતાનાં પાંચ બાળકને ટબમાં ડુબાડી દીધાં!

ટબમાં ડુબાડીને પાંચ-પાંચ સંતાનના જીવ લીધા બાદ તેમને બહાર કાઢીને પથારી પર સુવડાવી દીધાં.

આ કમકમાટીભર્યાં બનાવની બહાર આવેલી વિગતો મુજબ આન્દ્રિયાએ નાનાં બાળકોથી શરૂઆત કરી. મેરીને ડુબાડી દીધી. બાદ તેની લાશ પાણી પર તરતી હતી, ત્યારે સૌથી મોટો દીકરો નોહાદ અંદર આવ્યો અને નિર્દોષ ભાવે પૂછ્યું: 'મમ્મી, મેરીને શું થયું છે?' પરંતુ આટલું પૂછીને એ દોડ્યો, પણ મમ્મી એના સુધી પહોંચી ગઈ અને નોઆહને પણ બળબરીથી જળસમાધિ આપી. નોઆહની લાશને પાણીમાં તરતી રાખીને એના હાથ પર બહેનની લાશ મૂકી. માત્ર કલાકની અંદર જ એક સ્ત્રીના હાથે તેનાં પાંચ-પાંચ સંતાનના જીવ ગયા. છ મહિનાની મેરી, બે વર્ષનો લ્યુક, ત્રણ વર્ષનો પોલ, પાંચ વર્ષનો જોન અને સાત વર્ષનો નોઆહ. પાંચેય ભાંડરડાની મૃત્યુતિથિ એક જ હતી! ૨૦મી જૂન, ૨૦૦૧.

આ કૃત્ય કરતી વખતે કમનસીબ માતા આન્દ્રિયા યેટ્સના મન, મગજ અને હૃદયની હાલતની કલ્પના ન થઈ શકે. પાંચેય બાળકોનાં મોત પછી ખુદ આન્દ્રિયાએ સામેથી ફોન કરીને પોલીસને બોલાવી. પછી પતિ રસેલને ફોન કરીને એક જ રટણ કરતી રહી. ઇટ્સ ટાઇમ... ઇટ્સ ટાઇમ... ઇટ્સ ટાઇમ.

આ બાળ હત્યાકાંડ બાદ પોલીસે શોધી કાઢ્યું કે ઘરના શ્વાનને એક રૂમમાં પૂરી દેવાયો હતો. સામાન્ય સંજોગોમાં રસેલના બહાર ગયા બાદ એ ઘરમાં મુક્તપણે ફરતો રહેતો હતો. આનાથી એક બાબત સ્પષ્ટ થઈ કે બાળકોની હત્યામાં અવરોધ ન સર્જે એ માટે શ્વાનને પૂરી દેવાયો હતો.

આ મામલાને પ્રસાર-માધ્યમોએ કેવો અને કેટલો ઉછાળ્યો અને ચગાવ્યો એની વિગતો અને ચર્ચામાં પડ્યા વગર કાનૂની ખટલા પર આવીએ. આન્દ્રિયાએ શરૂઆતમાં જ કબૂલી લીધું હતું કે, મેં જ મારાં સંતાનોને ડુબાડી દીધાં હતાં. તેણે અદાલતમાં જ ડૉક્ટરની પૂછપરછના જવાબમાં શબ્દો ચોર્યા વગર કહ્યું કે, એ સવારે બાથટબમાં પાણી ભરતાં પહેલાં હું રસેલના ઘરની બહાર જવાની રાહ જોતી હતી. મને ખાતરી હતી કે એ બાળકોને હાનિ પહોંચાડતાં મને રોકશે જ.

આ મામલામાં આન્દ્રિયા સામે જેટલો રોષ હતો એટલી જ સહાનુભૂતિ હતી. બચાવ પક્ષના નિષ્ણાતોની જુબાનીમાં એક વાત પર સહમતી સધાઈ કે આન્દ્રિયાને માનસિક બીમારી હતી, પરંતુ ટેક્સાસના કાયદા મુજબ અપરાધના સમયે ગાંડપણને લીધે આરોપીએ ગુનાહિત વર્તન કર્યાનું બચાવપક્ષે સાબિત કરવું પડે જ.

૨૦૦૨ના માર્ચમાં જ્યુરીએ બચાવ પક્ષના ગાંડપણના દાવાને ફગાવી દઈને

આન્દ્રિયાને દોષિત જાહેર કરી. સરકારી વકીલે આન્દ્રિયા માટે મૃત્યુદંડની માગણી કરી હતી, પણ જ્યુરિએ એ ન સ્વીકાર્યું. આન્દ્રિયાને જન્મટીપ થઈ, જેમાં ૪૦ વર્ષ બાદ પેરોલ પર છૂટવાનો વિકલ્પ અપાયો.

ટેક્સાસ કોર્ટ ઑફ અપીલ્સે ૨૦૦૫ની ૬ જાન્યુઆરીએ અગાઉનો ચુકાદો ન સ્વીકાર્યો. બચાવ પક્ષના સાક્ષી અને જાણીતા માનસ ચિકિત્સક ડૉ. પાર્ક દિએતે કબૂલ કર્યું કે અગાઉ કેસ વખતે મેં ખોટી જુબાની આપી હતી. તેમણે અદાલતને જણાવ્યું હતું કે, આ પાંચ બાળકોની હત્યા અગાઉ મેં ટીવી સિરિયલ 'લૉ એન્ડ ઑર્ડર'ના એપિસોડમાં એક મહિલાને પોતાના બાળકને ડૂબાડી દેતાં જોઈ હતી અને ગાંડપણના કારણસર તેને હત્યાના આરોપમાંથી છોડી મુકાઈ હતી, પરંતુ જાણીતી પત્રકાર, લેક્ચરર અને 'લૉ એન્ડ ઑર્ડર'ની એક લેખિકા રહી ચૂકેલી સુઝાન ઓમેલીએ અદાલતમાં ધડાકો કર્યો હતો કે ડૉક્ટરના દાવા મુજબનો કોઈ એપિસોડ ક્યારેય બન્યો નહોતો. આથી અપીલ કોર્ટને લાગ્યું કે જ્યુરિએ ડૉ. પાર્ક દિએતેની જુબાનીથી પ્રભાવિત થઈ મૃત્યુદંડનો ચુકાદો આપ્યો હોઈ શકે. આથી ખટલો નવસેરથી ચલાવવો રહ્યો.

ફરી ૨૦૦૬ની નવ જાન્યુઆરીએ આન્દ્રિયાએ ગાંડપણના કારણસર પોતે દોષી ન હોવાની અપીલ કરી. અંતે માનસિક બીમારીની સારવાર માટે હૉસ્પિટલમાં દાખલ થવાની શરત સાથે આન્દ્રિયાને પહેલી ફેબ્રુઆરીએ જામીન પર છોડી મુકાઈ. ૨૬ જુલાઈએ ત્રણેક કલાકની દલીલમાં તેને ગાંડપણના કારણસર નિર્દોષ જાહેર કરાઈ. પણ સારવાર માટે હૉસ્પિટલમાં રખાઈ.

૨૦૦૭માં તેને ઓછી સલામતીવાળી સરકારી મેન્ટલ હૉસ્પિટલમાં ખસેડાઈ. ધીરે ધીરે કોર્ટમાં બંને પક્ષ સહમત થયા કે આન્દ્રિયાએ માનસિક બીમારીને લીધે જ આ પગલું ભર્યું છે. જેલમાં તો આન્દ્રિયા બોલી પણ ખરી કે હું બે વર્ષથી બાળકોને મારી નાખવાનું વિચારતી હતી, કારણ કે હું સારી માતા નહોતી અને બાળકોનો ઉછેર વ્યવસ્થિતપણે થતો નહોતો. હું એમને જે રીતે ઉછેરતી હતી એમાં તેમને બચાવવાનું શક્ય નહોતું. એમનો ખાત્મો નિશ્ચિત હતો. શૈતાનના પ્રભાવને લીધે તેઓ મારી વાત પણ માનતા નહોતા. પરંતુ આવા આટલા જલદ અને જીવલેણ પગલાં પાછળનું કારણ સ્પષ્ટ થતું નહોતું! આ હત્યાકાંડ અગાઉ રસેલે કૌટુંબિક સમારંભમાં જાહેર કર્યું હતું કે આન્દ્રિયા કાયમ માટે પૂરેપૂરી મારા પર અવલંબિત ન બને એ માટે હું એને રોજ સવાર-સાંજ એક-એક કલાક એકલી મૂકવાનો છું. નાસા જેવી સંસ્થામાં ઇજનેરનું કામ કરતા રસેલે ડૉક્ટરની ચેતવણી વિરુદ્ધ આવું પગલું કેમ ભર્યું હશે? રસેલના આ વિચારે આન્દ્રિયાની માતા જૂટ્ટા કેનેડીને ચોંકાવી દીધી હતી, કારણ કે એના મતે આન્દ્રિયા બાળકોની

સારસંભાળ રાખવા જેટલી સ્વસ્થ-સક્ષમ નહોતી. પોતાની નજર સામે જ દાંત વગરની ભૂલકી મેરીના મોઢામાં નક્કર ખાદ્યપદાર્થ ઠૂંસી દઈને આન્દ્રિયાએ એને લગભગ મારી જ નાખી હતી. પાછળથી રસેલે વાત ફેરવી નાખી કે વધુ બાળક ન થવાની કોઈ સલાહ કે ચેતવણી અમને અપાઈ જ નહોતી.

આ કેસની ચર્ચામાં મેડિકલ એથિક્સથી લઈને દવાના પ્રકાર અને ડોઝની ખૂબ ચર્ચા થઈ. એવા અહેવાલો પણ આવ્યા કે હરતાફરતા રહેતા ધર્મ-ઉપદેશક માઇકલ પીટર વોરોનિકીના સંદેશાઓની પણ આન્દ્રિયા પર અસર થઈ હતી. અંતે યેટ્સ પરિવારનો વધુ ને વધુ બાળક ધરાવવાનો સિદ્ધાંત જ આ હત્યાકાંડ માટેનું એક કારણ હોવાનું પણ ચર્ચાયું.

પાંચ સંતાનની અણધારી એક્ઝિટ બાદ આન્દ્રિયા જેલ-હૉસ્પિટલમાં આવનજાવન કરતી હતી, એની વચ્ચે રસેલ યેટ્સે છૂટાછેડા પણ મેળવી લીધા. આ પતિ-પત્નીની માનસિક સ્થિતિ અને એકમેક માટેની લાગણીના કેલિડોસ્કોપમાં કેવા કેવા રંગ, ભાવ અને પરિમાણ હશે?

*

૧૫

# કાતિલ હસીના ગાંજારાની એટલે નશીલો ધંધો

**નાજુક,** કોમલ, બિચારી, અબળા જેવા શબ્દો હવે સ્ત્રીનાં વિશેષણ રહ્યાં નથી. જે કર ઝુલાવે પારણું એ જગત પર શાસન કરેથી પણ વાત આગળ નીકળી ચૂકી છે. પુરુષોની મૉનોપોલી મનાતા અપરાધ-જગતમાં સુલતાના અને ફુલન દેવી જેવા અલપઝલપ અપવાદ હતા, પરંતુ હવે સિનારિયો એકદમ બદલાઈ રહ્યો છે.

વિશ્વના ગેરકાયદે ધંધામાં નંબર વન એટલે ડ્રગ ટ્રાફિકિંગ. ૨૦૧૨ના અંદાજ મુજબ નશીલાં દ્રવ્યોના ધંધાની વૈશ્વિક આવક ૩૨૦ અબજ ડૉલર હતી. આ દોમ-દોમ સાહ્યબી સાથે અકલ્પનીય જોખમ ધરાવતા માદક પદાર્થના વેપલા પર માનુનીઓએ ગજબનાક પકડ જમાવી છે.

આમચી મુંબઈની વર્લીવાસી શશિકલા 'બેબી' પાટણકર છાપે ચડી અને એના વિશે ખૂબ લખાયું, પણ અંતે જામીન પર છૂટી ગઈ. એના દીકરાએ દાવો કર્યો કે મારી મમ્મીને તો ફસાવાઈ હતી હોં, એ સાવ નિર્દોષ છે.

મુંબઈથી દૂર કોલકાતા બ્રિગેડમાં દીપ્તિ, ભાભી, મહેતાબ બીબી, લક્ષ્મી અને પુત્રી સરસ્વતી પ્લસ સુમિત્રાદેવી જાધવ. દિલ્હી ડેરિંગબાજમાં ઝોહરા ઉર્ફે ચમન, સૌથી આગળ ચંડીગઢમાં બાલાની બોલબાલા, સાથે અમનદીપ કૌરનું નામ પૂરેપૂરા ડર સાથે લેવાય. ૨૦ વર્ષીય અમનદીપ, ક્યારેક એન્જિનિયરિંગની સ્ટુડન્ટ હતી, પણ સિયેરા લીઓનના નાગરિક ઈબેરે લીઓનને મળ્યા બાદ વધુ અધધધ આવકવાળા માર્ગે નીકળી પડી.

પંજાબની પ્રકાશ કૌરનો પાવર કોઈથી ઓછો નહીં. ચેન્નઈની ૭૭ વર્ષની કૃષ્ણાવેલી ઉર્ફે ગાંજારાની સામે એક સમયે ૪૦ કેસ ચાલતા હતા, પાંચ વાર જેલવાસી થઈ ચૂકી હતી છતાં મેદાનમાંથી હટે એ બીજી.

આમાંથી મોટા ભાગનીની પૉલિસી એકદમ સ્પષ્ટ. શું છે એ? દેશનું યુવા-ધન

બરબાદ થાય એવી કોઈ નૈતિકતા નહીં, ડંખ નહીં. જીવ જવાનો ડર નહીં. જાન લેવાનો છોછ નહીં. પોલીસ અને અન્ય સરકારી મશીનરીને યેનકેન પ્રકારેણ સંભાળી લેવાની આવડત. પુરુષોનો ઉપયોગ કરવાનો, પૂરેપૂરો. દયા, માયા, માનવતા... સૉરીજી, યે કૌન સી બલા હૈ, ભાઈ?

ડ્રગ ટ્રેડમાં વુમન-પાવરનો દબદબો કઈ રીતે? દરેક ડ્રગ ક્વીનની પોતાની મોડસ ઓપરેન્ડી છે ને ગૅંગ છે, પણ થોડાં મહત્ત્વના પોઇન્ટ જોઈએ. આ ધંધામાંનું કામકાજ મહિલા માટે વધુ આસાન છે. માદક દ્રવ્યોની હેરાફેરી, વેચાણ અને વિતરણથી લઈને કમ્પલીટ નેટવર્ક ઊભું કરવામાં ઝાઝી મુશ્કેલી નડતી નથી. કેટલીક બુરખો પહેરે એટલે ઓળખવાનું મુશ્કેલ બની જાય. મહિલાઓની સંધ્યાકાળથી સૂર્યોદય વચ્ચે ધરપકડ ન થઈ શકે અને એ --- અંધારિયા કલાકોમાં ધંધો સોળે કળાએ ખીલે --- કોઈ મહિલા ગુનેગાર નજરે ચડે એની જડતી લેવા માટે લેડીઝ પોલીસની હાજરી અનિવાર્ય ગણાય, જેની સંખ્યા દેશભરમાં ખૂબ ઓછી છે. ધરપકડથી બચવા માટે મહિલા ગમે તે હદે જઈને પોલીસને લાચાર કરી દે છે.

પશ્ચિમ બંગાળના સેલદાહ પોલીસ સ્ટેશનના એક કૉન્સ્ટેબલની ચકોર નજરે લેડી ક્રીમિનલ ચડી ગઈ. એ કેફીપદાર્થની હેરાફેરીમાં ગળાડૂબ હતી. કૉન્સ્ટેબલે ભારે જહેમતથી પીછો કર્યો, તો એ ડ્રગ ક્વીન ઝડપભેર રેલવે સ્ટેશન તરફ ગઈ. એ ભીડમાં ખોવાઈ ના જાય એ માટે કૉન્સ્ટેબલે પગની ઝડપ વધારી. એ નજીક પહોંચે એ અગાઉ મહિલા એક પછી એક કપડાં કાઢવા માંડી, બૂમાબૂમ કરવા માંડી. પોલીસ જોઈ રહ્યો અને પાછો વળી ગયો. થોડા સમય પછી મહિલા પોલીસ સાથે પાછો આવ્યો, તો ઘણું મોડું થઈ ચૂક્યું હતું. લેડી ક્રિમિનલ ગાયબ, ને માલ બધો સગેવગે.

કેટલીક વધુ પડતી ગણતરીબાજ અને અતિ મહત્ત્વાકાંક્ષી મેડમ તો આસપાસના ગુંડાને પાળી એ અને સ્થાનિક નેતા અને પોલીસ અફસરો સાથે સારા-સુંવાળા સંબંધ બાંધી લે એટલે ઑલ ક્લિઅર.

અનેક પ્રોપર્ટીની માલિકણ હોવા છતાં કેટલીક ઝૂંપડપટ્ટીમાં પણ એકદમ લક્ઝુરિયસ શૈલીમાં રહે. પોતે જ શોધી શકે એવા ખૂણાખાંચરાના ડબ્બા કે પેટીમાં માદક દવા સંતાડે. બહાર એક ગાડી ડ્રાઇવર સાથે તૈનાત હોય, ડિલિવરી આપવા કાં જરૂર પડે ભાગી જવા. પકડાય તો જામીન પર છોડાવવા માટે દોડી જવા વકીલ તૈયાર જ હોય.

અફીણ, ગાંજા, ચરસ, એલએસડી, મેથામેમ્ફાટાઇન જેવા અનેક ડ્રગ્સમાંથી આ ગાંજારાનીઓ કે ડ્રગ્સ ક્વીન બેલગામ ધંધો કરે. બેફામ સત્તાનો ભોગવટો

કરે છે અને બધા નીતિ-નિયમ-કાયદાને જાણે ફૂંકી પીએ, જ્યાં સુધી દુશ્મનની ગોળી કે પોલીસનો હાથ સ્પર્શી ન જાય.

## વિશ્વની ટોપ ડ્રગ ક્વીન્સ

### મિરયા મોરેનો કેરોન

મેક્સિકોની સ્થિરતા માટે જોખમી બની ગયેલી આ મહિલા 'સ્કિની ગર્લ' કે 'લા ફાલ્કા'ના નામે ઓળખાતી. પોલીસ અધિકારી તરીકે કારકિર્દીની શરૂઆત કર્યા બાદ એ મેક્સિકોની સૌથી શક્તિશાળી ડ્રગ કાર્ટેલ લાસ ઝેટાસાની સર્વેસર્વા બની હતી. એક ચોરાયેલું વાહન હંકારતાં પકડાઈ, ત્યારે એમાંથી ટનબંધ કેફીદ્રવ્યો મળી આવ્યાં હતાં.

### એડિથ લોપેઝ લોપેઝ

એડિથની ધરપકડને મેક્સિકોમાં ડ્રગલક્ષી હિંસા ડામવાની દિશામાં મેળવાયેલી એક સફળતા ગણાવાઈ હતી. પતિ રાઉલ નુનેઝ મોરાલેસ સાથે મળીને એડીથે એટલો બધો હાહાકર મચાવ્યો હતો કે એ 'ક્વીન ઑફ સાઉથ' ગણાવા માંડી હતી.

### ગ્રીસેલ્ડા બ્લાન્કો

પોતાના પતિઓ અને ભૂતપૂર્વ પ્રેમીઓનાં ઠંડા કલેજે કાસળ કાઢી નાખવા માટે નામચીન ગ્રીસેલ્ડા મિયામીની ડ્રગ ટ્રાફિકિંગ કાર્ટેલમાં 'ધ ગૉડમધર' તરીકે ઓળખાતી હતી. માત્ર ૧૧ વર્ષની ઉંમરે ૧૦ વર્ષના બાળકનું અપહરણ કર્યું પછી હત્યા કરી નાખી. ડ્રગ સંતાડી શકાય એવાં ખાસ અંડરવેર બનાવડાવનારી ગ્રીસેલ્ડાની ૨૦૧૨માં કોલંબિયામાં હત્યા કરાઈ હતી. એની સામે ત્રણ ખૂનના આરોપ મુકાયા હતા, પણ એણે ૨૪૦ જેટલાને મારી નાખ્યાનો દાવો થાય છે.

### મારિયા જીમેનેઝ

મેક્સિકોની સૌથી વધુ ખતરનાક મહિલા ગુનેગાર. ૨૬મા વર્ષે ધરપકડ થઈ ત્યારે તેણે ૨૦ માણસોની હત્યા ઉપરાંત કેફીદ્રવ્યોના ધંધા અને અપહરણના ગુનાની કબૂલાત કરી હતી. મેક્સિકોની સૌથી ખતરનાક ગૅંગ લાસ ઝેટાસના સભ્યોને આતંકિત કરતી હતી અને એ માટે દર મહિને દમદાર રકમ મેળવતી હતી!

### જેમેકર થોમ્પસન

કેફીદ્રવ્યોના વેપારમાં તોફાની પ્રવૃત્તિને લીધે 'ક્વીન પીન' બની ગયેલી જેમેકરે સેલિબ્રિટી માર્કેટમાં વાળ વેચવાથી લઈને કેફીદ્રવ્યોનો ધંધો કર્યો. ૧૯૯૩માં ભાગીને સંતાઈ ગઈ, પણ ૧૯૯૫માં પકડાઈ ગઈ.

**એનેડીના અરેલાના ફેલિક્સ**

કેફીદ્રવ્યોની દુનિયાની સૌથી શક્તિશાળી મહિલા મેક્સિકોના તિજુઆનાની ડ્રગ ગૅંગની બૉસ. અમેરિકાના કેફીદ્રવ્યો સામેના સૌથી ખતરનાક જંગની મુખ્ય ખલનાયિકા. સૌંદર્ય અને દિમાગનો અફલાતૂન ઉપયોગ કરતી એનૅડીના આતંક મચાવવા અને રક્તપાત કરવામાં લેશમાત્ર ખચકાટ અનુભવતી નહોતી.

**કેથ પેટીંગીલી**

ઑસ્ટ્રેલિયાના મેલબોર્નના ગુનેગાર પરિવારની મોભી કેથ માત્ર ડ્રગ ટ્રાફિકિંગમાં જ નહીં, શસ્ત્રોના સોદા અને સશસ્ત્ર લૂંટમાં સક્રિય હતી. પોલીસ પરિવારના ઘણા સભ્યોને ઝડપી લીધા, તો બે દીકરાની હત્યા માટે ધરપકડ કરાઈ. રૂપજીવિની તરીકે શરૂઆત કરનારી કેથને ગોળીબારમાં એક આંખ ગુમાવવી પડી હતી.

**સાન્ડ્રા એવીલા બેલ્ટ્રાન**

મેક્સિકોની સૌથી ખતરનાક અને સૌથી ધનવાન ડ્રગ લોર્ડ્સમાંની એક 'ધ ક્વીન ઑફ પેસિફિક' સાત વર્ષ જેલમાં ગાળી ચૂકી છે. અમેરિકા જતા નવ ટન કેફીદ્રવ્યના મામલામાં પકડાયેલી સાન્ડ્રા સરકારી સાક્ષી બની ગઈ હતી.

**થેલ્માં રાઇટ**

લોસ ઍંજલસ અને ફિલાડેલ્ફિયામાં કેફીદ્રવ્યોની હેરાફેરીમાં પતિ જેકીને સાથ આપતી હતી. પતિની હત્યા બાદ તે ડ્રગ લૉર્ડ બની અને મહિને ચાર લાખ ડૉલરની આવક રળવા માંડી હતી. એક સમયે બે ગૅંગના સામસામા ગોળીબારમાં સપડાયા બાદ તેણે જીવનનો માર્ગ બદલી નાખ્યો, પણ પોતાના ગુનાહિત દિવસોનાં સંભારણાંનું પુસ્તક પ્રગટ કરીને સમાચારોમાં ઝળકી હતી.

**બ્લાન્કા કાઝારસ સલાઝાર**

'એમ્પરર' તરીકે ઓળખાતા ડ્રગ લૉર્ડ વિક્ટર એમિલો કાઝારસ સલાઝારની બહેન બ્લાન્કાની કાબેલિયત અને ક્રૂરતાએ એને 'એમ્પ્રેસ'નું બિરુદ આસાનીથી અપાવ્યું હતું. મેક્સિકોથી કેલિફોર્નિયા વચ્ચે ચાલાકીપૂર્વક ડ્રગ ટ્રાફિકિંગ નેટવર્કના પ્રતાપે એ ૧૯ કંપનીઓ અને ૨૮ વ્યક્તિઓ માટે કામ કરતી હતી.

*

# ૧૬

# ચંદા ગડરિયા : ગુરુણી ફુલનદેવીને પગલે ચાલી

**યમુના** નદીની મધ્ય ભારતમાં આવેલી ઉપનદી એટલે ચંબલ. મધ્ય પ્રદેશ, રાજસ્થાન અને ઉત્તર પ્રદેશમાંથી વહેતી ચંબલના પાણીમાં કંઈક વિશિષ્ટતા હોવી જોઈએ, નહીંતર એની આસપાસની ખીણમાં આશરો લઈને પીડિતો એકદમ સવાશેર ન થઈ જાય. ભારતના ઇતિહાસમાં ચંબલની ખીણે આપ્યા છે એટલા બધા ડાકુ કોઈ એક સ્થળે આપ્યા નથી. પુરુષો તો અન્યાય સામે ઉશ્કેરાઈને ગુસ્સા અને જુસ્સામાં બંદૂક ઉપાડી લે, વેરની જીવલેણ વસૂલી કરી લે. આ વાત કંઈક ગળે ઊતરે, પણ ચંબલ નદીનાં પાણી અને એની ખીણની આસપાસની હવામાં એવું કંઈક છે કે મહિલાઓ પણ સિંહણ બની જાય છે.

દસ્યુ રાણી ફુલનદેવી દુનિયા આખીમાં જાણીતી છે. એ સિવાય પૂતલીબાઈ અને સીમા પરિહાર જેવાં નામ પણ ખૂબ ગાજ્યાં. આ શ્રેણીમાં લેટેસ્ટ નામ એટલે ચંદા.

એકદમ શીતળતા ઉપજાવે એવા અર્થ ધરાવતું નામ અને ઉંમર સાવ વીસ-એકવીસની. ૨૦૧૬ના જાન્યુઆરી પછી ચંદા ગડરિયાનું નામ ખૂબ છાપે ચડ્યું હતું. એમાંય ઉત્તર ભારતનાં અખબારો તો તેની નાની નાની વિગતો મેળવીને પાનાં ભરી ભરીને પોરસાતાં હતાં.

બીજી ફુલનદેવી ગણાવાતી ચંદાના મામલાની વિશિષ્ટતા એ છે કે એના બાળપણ કે ભૂતકાળની રજમાત્ર વિગતો બહાર આવી નથી. ફુલનદેવી કે અન્ય માફક પોતાના પર થયેલા કોઈ અત્યાચારથી ત્રાસીને ચંદાએ ચંબલની રાહ પકડવી પડી હોય એવી દર્દભરી લાચારીની સાચી-ખોટી દાસ્તાન પણ બહાર આવી નથી. ઊલટાનું ચંદાનો કેસ તો સાવ વિપરીત છે.

ચંબલના ડાકુઓની વાતોમાં ઘણીવાર નજરે પડતા દતિયા નામના ગામના વીરપાલ નામના ભરવાડ સાથે ચંદાના લગ્ન થયાં હતાં. એ અગાઉના ચંદાના જીવન પર ઘોર અંધકાર છે.

વીરપાલ અને ચંદાનું લગ્નજીવન કેવુંક હતું? ખુદ પતિદેવ કહે છે : 'દસ્યુ બનીને હથિયાર હાથમાં ઉપાડ્યાં એ અગાઉથી જ ચંદા એકદમ હિંસક હતી. મારી સાથે રહેતી વખતે પણ એનો બંદૂક માટેનો પ્રેમ ઊડીને આંખે વળગતો હતો. એટલું જ નહીં, તે છાશવારે મને મારી નાખવાની ધમકી આપતી હતી.' અને ખરેખર આ લગ્નજીવન લાંબું ન ટક્યું.

થોડા દિવસોમાં જ વીરપાલનો ત્યાગ કરીને એ ચંબલની ખીણ ભણી રવાના થઈ ગઈ. અહીં એ કુખ્યાત ગડરિયા ગૅંગના સરદાર ચંદનને જઈને મળી. આમ તો ચંદન સંબંધમાં એનો પિતરાઈ ભાઈ થાય, પરંતુ ગ્રામજનોની કાનાફૂસી અને પોલીસના કહેવા મુજબ બંને વચ્ચે પ્રેમ હતો. ચંદાનાં લગ્ન અગાઉ જ બંને પ્રેમમાં હતાં અને એટલે જ ચંદા પોતાના પતિ વીરપાલને છોડીને જતી રહી હોવી જોઈએ. કહેવાતું તો ત્યાં સુધી કે આ પ્રેમને લીધે જ કુટુંબીજનોએ બળજબરીપૂર્વક ચંદાનાં લગ્ન ઉતાવળે કરાવી લીધાં હતાં.

ચંબલની ખીણમાં જઈને ચંદાએ અગાઉની દસ્યુ રાણીઓ જેવું ન કર્યું. તે એક સ્ત્રી તરીકે જીવવા માંડી : ભરપૂર અને મનફાવે એવું જીવન. આની સાથોસાથ તે ગૅંગ પર એકદમ છવાઈ ગઈ. જોતજોતામાં તે ડાકુ ટોળકીની અંદર ચંદન બાદ નંબર ટુ બની ગઈ.

ચંદનના સાથ અને ખીણની હવાના પ્રતાપે ચંદા એકદમ બદલાઈ ગઈ. જોતજોતામાં તે પિસ્તોલ ચલાવતાં શીખી ગઈ, બાઇક દોડાવતાં શીખી ગઈ અને ટૉર્ચર કરવામાં માહેર થઈ ગઈ. કિડનેપિંગ કરવામાં અને ધાકધમકી આપવાનાં કામમાં ઝડપભેર નિપુણતા મેળવી લીધી.

આની સાથોસાથ ચંદા તો પૂતલીબાઈ, ફુલનદેવી અને સીમા જેવી દસ્યુરાણીથી સાવ અલગ પણ એકદમ સ્ત્રીસહજ જીવન ચંબલની ખીણમાં જીવવા માંડી. પુરુષ જેવો પહેરવેશ ધારણ કરીને ફરવાને બદલે ચંદા તો લેડીઝ જીન્સ અને પ્રિન્ટેડ ટી-શર્ટ પહેરતી હતી. લગ્નના રિસેપ્શનમાં જવાનું હોય એટલો બધો મેકઅપ કરે અને બાઇક દોડાવતી નજરે ચડે.

કદાચ સામાન્ય સ્ત્રીની જેમ જીવવા પાછળ ચંદાનાં અન્ય કારણો હોઈ શકે એવી ચર્ચા ગડરિયા ગૅંગમાં થવા માંડી હતી. ચંદાને ચંદન સાથે પ્રેમ અને નિકટતા હોવાનું દીવા જેમ સ્પષ્ટ હતું, પરંતુ એ જ ગૅંગના ઘણા સભ્યોના દિલ ચંદા પર આવી ગયાં હતાં. તેઓ મનોમન ઇચ્છતા હતા કે ચંદા અમારી પણ નજીક આવે તો આપણી લાઇફ બની જાય. એકદમ જંગલમેં મંગલ, પરંતુ આવી ઇચ્છાઓ ક્યાં સુધી છાની રહી શકે છે. સાથીઓની મંશાની ખબર પડતાં જ ચંદન એકદમ ઊકળી ઊઠ્યો. તેણે કેટલાક સાથે કારણ-અકારણ મારપીટ કરી.

ચંદા પણ ઓછી નહોતી. પોતાના એકતરફી પ્રેમમાં પડેલા સાથીઓના મનમાં વધુ ઈર્ષા જગાવવા માટે તે ચંદન સાથે ખુલ્લેઆમ ઇશકબાજી કરતી રહેતી હતી.

આ બધામાં ચંદાને મજા આવતી. ચંદન રોષે ભરાતો હતો છતાં પોરસાતો હતો, પરંતુ કેટલાક સભ્યો દુ:ખીના દાળિયા થઈ ગયા હતા. ઘર બાળ્યે ગામ બાળે એવો ઘાટ થવાનો હતો અને એનો કોઈને અણસાર નહોતો.

કદમાં ઊંચી, રૂપાળી ચંદા જીન્સ અને ટી-શર્ટ પહેરીને ખભે બાર બોરની રાઇફલ લટકાવીને બાઇક પર નીકળતી ત્યારે ઘણાંના હૃદય બે ધબકારા ચૂકી જતાં. કેટલાક હાયકારો કરીને બેસી રહેતા, પણ અમુકના મગજમાં શૈતાની ખયાલો આવવા માંડ્યા હતા. ચંદા અપશબ્દો એવા બેફામપણે બોલે કે પુરુષો કાનમાં આંગળાં નાખી દે. ચંબલ ઘાટીની નવી બેન્ડિટ ક્વીન તરીકે ચંદાની નામના અને ધાક વધતાં જતાં હતાં. પોલીસે એના માથા પર રૂપિયા દસ હજારનું ઇનામ સુધ્ધાં જાહેર કરી દીધું હતું. એટલી જ રકમનું ઈનામ ચંદનના માથા પર પણ હતું. વીતતા જતા સમયની પડછે શું થઈ રહ્યું હતું એ કોઈ જાણતું નહોતું.

ચંદન અને ચંદા તથા એકતરફી ચંદા-પ્રેમીઓની માથાકૂટથી કેટલાક ડાકુ કંટાળી ગયા હતા. આમાંથી એક ડાકુ તક મળતાં નાસી છૂટ્યો. તેણે પોલીસ પાસે બધા વટાણા વેરી નાખ્યા : 'ચંદા અપહરણ અને ધાકધમકી કરે છે.' હકીકતમાં તો આ ભાગેડુ ડાકુને ચંદાએ ખૂબ ઢીબેડી નાખ્યો હતો, પિસ્તોલના કુંદાથી ફટકાર્યો હતો. આ માણસે પોલીસને ચોંકાવનારી જાણકારી આપી કે ચંદા તો ખાટલાના પાયાથી અપહરણ કરાયેલા લોકોની મારપીટ કરતી હતી, ને ખૂબ જ ગાળાગાળી કરતી હતી. અપહરણ કરાયેલા સીતારામ જાટ નામના ગામવાસીએ પણ પોલીસને માહિતી આપી હતી કે અમને પોલીસના ખબરી ગણાવીને ચંદા ભૂંડી રીતે મારપીટ કરતી હતી.

આ તરફ ચંદનને પણ પોતે ગડરિયા હોવાનું અભિમાન હતું. એ પોલીસને પડકાર ફેંકતાં કહેતો હતો : 'યાદ રાખજો કે મને તાલીમ રામભાઉ અને દયારામ ગડરિયાએ આપી છે, જેમના માથે પોલીસે ૧.૫ લાખના ઇનામ જાહેર કર્યાં હતાં.'

આ બધા વચ્ચે ૨૦૧૬ના જાન્યુઆરી મહિનાની ૩૦મી તારીખ આવી. શિવપુરી જિલ્લાના જંગલોમાં છુપાયેલા ચંદન ગડરિયા અને એની ટોળીને પોલીસે બરાબરની ઘેરી લીધી. ગડરિયા ગૅંગનો કોઈક વિઘ્નસંતોષી જ પોલીસનો ખબરી બન્યાની પાકી શક્યતા હતી. સામસામા ગોળીબારમાં ચંદન ગડરિયા પોલીસ એન્કાઉન્ટરમાં માર્યો ગયો. આ સાથે ત્રણ રાજ્યમાં લૂંટફાટ, અપહરણ, ખંડણી અને ડાકુગીરીના આંતકનો અને ચંદા-ચંદનના પ્રેમ-પ્રકરણનો લોહિયાળ અંત આવી ગયો. ચંદનના ખાત્મા ઉપરાંત પોલીસને ત્રણ ડાકુને જીવતા પકડવામાં

સફળતા મળી, પણ અંધારા અને મોકાનો લાભ લઈને નાસી જવામાં ચંદાને સફળતા મળી. પોલીસની પકડમાં આવેલા એક ડાકુએ માહિતી આપી કે ચંદા ગર્ભવતી છે. ચંદનના ખાત્માથી ખુશખુશાલ પોલીસે જોશભેર ઑફર કરી કે જો ચંદા, આત્મસમર્પણ કરી દે તો પોલીસ સલામત પ્રસૂતિ માટે તેને હૉસ્પિટલમાં મોકલશે અને જરૂરી રાહત સુધ્ધાં પૂરી પાડશે.

ચંદનના મોત બાદ ચંદા સાથે એકાદ ડઝન હથિયારધારી ડાકુ બચ્યા હતા, પણ કદાચ ગૅંગ બધો જોશ ગુમાવી બેઠી હતી. ચંદા અમોલાના જંગલમાં હોવાની પોલીસને માહિતી મળી. આ સાંભળીને વર્દીધારીઓ એકદમ સતર્ક બની ગયા અને પોલીસે એકદમ આસાનાથી ચંદાની ધરપકડ કરી લીધી. થોડી શોધખોળ બાદ વધુ એક ડાકુ ભોલા ગડરિયા પણ પોલીસના શિકંજામાં આવી ગયો. આ બંને પાસેથી સારા એવા પ્રમાણમાં શસ્ત્રો મળી આવ્યાં હતાં.

પોલીસના તાબામાં હોવા છતાં ચંદાએ વળ અને વટ છોડ્યા નહોતા. તેણે ગર્વભેર જાહેરાત કરી કે ડાકુમાંથી સાંસદ ફુલનદેવી મારો આદર્શ છે અને હું પણ સંસદમાં જવા માગું છું. પરંતુ અત્યારે તો ચંદા ગડરિયા પાંચ વર્ષની કેદ ભોગવી રહી છે. લગભગ ૨૦૨૪ કે ૨૦૨૫માં જેલમાંથી મુક્તિ બાદ ચંદા ગડરિયા જે કરે એ ખરું.

*

# ૧૭

# ફુલનદેવી : સિર્ફ નામ હી કાફી હૈ

**એક** વ્યક્તિ અને એમાંય ખાસ તો સ્ત્રી અપરાધના માર્ગે વળે ત્યારે વધુ સવાલો ઊભા થાય છે. ન જાણે કયા કારણસર અપરાધને પુરુષોની મોનોપોલી મનાય છે. આથી સ્ત્રી ગુનાખોરીના કળણમાં ખૂંપી જાય એટલે સૌથી પહેલા સહાનુભૂતિ ઊપજે અને પછી મૃદુ અવાજે પુછાય : કયા કારણસર બહેને આવો માર્ગ લેવો પડ્યો? આ સવાલને સમજવા માટે ફુલનદેવીનું જીવન-વ્યક્તિત્વ પૂરતી સામગ્રી પૂરી પાડે છે. દલિત અબળામાંથી દસ્યુ રાણી અને ખૂંખાર ડાકુરાણીમાંથી સંસદસભ્ય અને અચાનક ધી એન્ડ. આ બધું જાણીતું છે, પણ એની પડછે રહેલી વિગતો ઘણી મહત્ત્વની છે, રસપ્રદ છે.

ઉત્તર પ્રદેશના પુરવા ગામમાં મલ્લાહ કોમમાં જન્મ, ૧૯૬૩ની દસમી ઑગસ્ટના રોજ. રાજ્યના જ્ઞાતિવાદથી ખદબદતા સમાજમાં નીચલા સ્તરની મલ્લાહ કોમમાં જન્મ, ઉપરથી ગરીબી અને છોગામાં નિરક્ષરતા. જાણે અત્યાચાર, શોષણ અને ભૂખમરો સહન કરવા માટે જ જન્મ. હોડીવાળા કે કેવટના ઘરમાં જન્મારો પણ જન્મ તરી જવાનો એકેય તરાપો નહીં!

યુ.પી.ના જાલોન જિલ્લામાં ગોરહા કા પુરવા તરીકે પણ ઓળખાતા પુરવામાં દેવીદીન અને મુલાને ચાર સંતાન અને એમાં સૌથી નાની ફુલન, પરંતુ ચારમાંથી ફુલન અને એની મોટીબહેન જ કિશોરાવસ્થા સુધી જીવી શક્યાં.

દેવીદીનનો પરિવાર ખૂબ જ ગરીબ. સંયુક્ત પરિવારમાં પોતાના પિતા અને માતા ઉપરાંત મોટાભાઈ સાથે રહેતા દેવીદીનની પૈતૃક કે પારિવારિક સંપત્તિ એટલે એકાદ એકર જેટલી જમીન પણ જમીનની વચ્ચોવચ લીમડાનું ઝાડ અને ઘર. આ ઘરમાં રહે સંયુક્ત પરિવાર એટલે દેવીદીનનું કુટુંબ અને એના મોટાભાઈનું કુટુંબ. જેમાં મોટાભાઈ, ભાભી અને ભત્રીજો માયાદીન. માયાદીનનું વ્યક્તિત્વ નામથી એકદમ વિરોધાભાસી. ન માયા, ન દીનતા. દેવીદીન, એનો

મોટાભાઈ અને ભત્રીજો પુરુષ હોવાને લીધે દાડિયે જાય અને ઘરનો ચૂલો સળગતો રાખવા મથામણ કરતા રહે. દાડિયાગીરી કરવી જ પડે, કારણ કે એક એકર જમીનમાંથી કેટલી ઊપજ આવે? નવ જણનાં પેટ ભરવાનો સવાલ હતો.

ફુલન અગિયારેક વર્ષની થઈ ત્યારે ઘર પર એક પછી એક કરીને બે વાર વીજળી ત્રાટકી. ફુલનના દાદા અને દાદી થોડા થોડા અંતરે પરમધામે સિધાવી ગયાં. આપોઆપ દેવીદીનના મોટાભાઈ બની ગયા પરિવારના સૌથી મોટા વડીલ. આની સીધી પણ એકદમ અવળી અસર પડી તેમના એકમાત્ર પુત્ર માયાદીન પર.

માયાદીનને લાગ્યું કે વધુ પાક લેવા માટે ખેતીની વચ્ચોવચ ઊભેલા અવરોધરૂપ લીમડાના ઝાડને હટાવી દેવું જોઈએ. દેવીદીને શરૂઆતમાં તો આ સૂચનનો હળવો વિરોધ કર્યો, પરંતુ થોડી સમજાવટ બાદ તેમને આ પ્રસ્તાવમાં તર્ક દેખાયો અને મનેકમને તેમણે લીમડાનું ઝાડ કાપવા માટે હામી ભણી દીધી, પરંતુ ફુલનને લાગ્યું કે આ તો ખોટું થઈ રહ્યું છે. એકદમ ખોટું. ટીનએજર ફુલનને લાગ્યું કે પોતાના પિતાને દીકરો અર્થાત્ વારસદાર નથી એટલે મોટાકાકા અને એમના દીકરાએ જમીન પર પોતાનો હક જતાવવાનું શરૂ કરી દીધું છે. જો આનો સમયસર, પૂરતો અને સબળ વિરોધ નહીં કરાય તો તેમને જમીન હડપ કરી લેતાં વાર નહીં લાગે.

ફુલન માત્ર મનમાં ધૂંધવાઈ બેસી ન રહી. તે ભાઈ માયાદીન સાથે સીધા સંઘર્ષમાં ઊતરી. તેને ખુલ્લેઆમ મેણાંટોણા માર્યાં અને ભરબજારે ચોર કહી દીધો. આટલું સાંભળી કોણ લે? માયાદીન પણ સામો ખિજાયો અને ધમકી આપી એટલે ફુલને એના પર હાથ ઉપાડ્યો. હોહા મચી ગઈ કે એક છોકરીએ પોતાના પિતરાઈ પર હુમલો કર્યો, પરંતુ ફુલનને ક્યાં ગામની કે કોઈની પરવા હતી? તે તો બહેનને લઈને પોતાના ખેતરમાં ધરણા પર બેસી ગઈ. વડીલોએ ખૂબ સમજાવી, પણ તેણે કોઈનું ન સાંભળ્યું. જરાય ટસની મસ થાય એ બીજી, ફુલન નહીં. વડીલોએ એને બળજબરીથી ઢસડીને લઈ જવાનો પ્રયાસ કર્યો, પણ જિદ્દી ફુલન પહાડની જેમ અડગ રહી.

કોઈકને ફુલનની મક્કમતા નાદાની લાગી, કોઈકે એને બાળહઠનું નામ આપ્યું, તો અમુક સમજુએ સ્ત્રી-હઠનું લેબલ મારી દીધું, પરંતુ કોઈને અણસાર સુધ્ધાં નહોતું કે ફુલનની અંદર શું ઊકળી રહ્યું છે અને તેનું કેવું પરિણામ આવવાનું છે.

જોતજોતામાં ફુલનનો ભય સાચો પડ્યો. ખેતીની જમીન પર માયાદીને પૂરેપૂરો કબજો જમાવી લીધો. બાળપણના સંજોગો અને સહેલી-જોયેલી ક્રૂરતા હવે ફુલનને એકદમ સંગદિલ બનાવી રહ્યાં હતાં. નાજુક ગણાતા સ્ત્રી-હૃદય પર કઠોરતાનાં પડળ ચડી રહ્યાં હતાં. એમાંય માયાદીને ભાઈગીરી કરીને છીનવી

લીધેલી જમીનને લીધે ફુલનની અંદર એક જ્વાળામુખી ભભૂકતો હતો. ક્રોધનો, વેરનો અને ન્યાયની ઝંખનાનો. માયાદીને આંચકી લીધેલી જમીનમાં પોતાનો ભાગ મેળવવા માટે દેવીદીનને ગામમાં કે પંચાયતમાં ન્યાય ન મળ્યો. નાછૂટકે તેણે અદાલતમાં જવું પડ્યું. કાળી મજૂરી કરીને ઘરવાળાના પેટ ભરવાને બદલે તેણે વકીલોનાં ગજવાં ભરવા પડતાં હતાં. આ બધું જોઈને ફુલનનું લોહી વધુ ને વધુ ઊકળતું જતું હતું.

ફુલનનું ગામ પુરવા ભલે કાનપુર જેવા શહેરની નજીક હતું, પણ ત્યાં અંધેર નગરી જેવું રાજ હતું. ફુલન હોય કે બીજી કોઈ નિમ્નવર્ગની સ્ત્રી, સવર્ણો એમને ઉપયોગીની ચીજ તરીકે જ જોતા હતા. ફુલન એકદમ ગૂંગળામણમાં દિવસો વિતાવતી હતી. એની અંદરની આગને હવા આપવાનું કામ એની મા કરતી હતી.

આ તરફ માયાદીન પાસે બધું હતું છતાં તેના મનને નિરાંત નહોતી. ફુલન તેની આંખમાં કણાની જેમ ખૂંચતી હતી. એ નહોતી માનતી કે નહોતી ગભરાતી. આને રસ્તામાંથી દૂર કરવી કઈ રીતે?

હવે પિતરાઈ માયાદીનની વહારે આવી સામાજિક પરંપરા. એ સમય અને સ્થળે પંદર વર્ષની છોકરી લગ્નલાયક ગણાય. આથી માયાદીને ફટાફટ જીજાજી શોધવાનું શરૂ કરી દીધું. એની નજર ઠરી પુટ્ટીલાલ નામની વ્યક્તિ પર. પુટ્ટીલાલનો સૌથી મોટો પ્લસ પોઇન્ટ એ કે એ સેંકડો માઈલ દૂર રહેતો હતો. જો ફુલન બહુ દૂર જતી રહે તો છાશવારે ઘરે આવ-જાવ ન કરે અને પિતરાઈરાજ સ્થાપવા આડેનું એકમાત્ર વિઘ્ન દૂર થાય. બીજો પ્લસ પોઇન્ટ એ કે પુટ્ટીલાલ ફુલનથી ૧૨ વર્ષ મોટો હતો. આ માણસ ફુલન જેવી તોફાની ઘોડીને બરાબરની નાથી લેશે એવો વિશ્વાસ મોટાકાકા, કાકી અને માયાદીનને ગળા સુધી હતો.

ફુલનના પિતા દેવીદીન પાસે ઝાઝા વિકલ્પો નહોતા. સમાજનાં ધારાધોરણો મુજબ ફુલન ઉંમરલાયક હતી. એટલે ઝડપભેર સાસરે વળાવી દેવી જરૂરી હતી. કદાચ મોડું થાય અને પછી કોઈ હાથ ન ઝાલે અને કંઈ આડુંઅવળું થઈ જાય તો? મા-બાપના મનના ઊંડાણમાં મુખ્ય ઇચ્છા એવી કે ફુલન સાસરે જઈને સુખી થાય તો પછી ભલે પોતાનું જે થવું હોય તે થાય. પુટ્ટીલાલ તૈયાર થયો અને જો એને ના પાડી તો બીજા મુરતિયાને આપવા માટે પોતાની પાસે નથી ધન કે નથી સંપત્તિ. લાચારીવશ ફુલનના માતા-પિતાએ લગ્ન માટે હા પાડી દીધી.

ફુલનનાં મા-બાપ રાજી હતાં : ચાલો, કુમળી વયે દીકરીને વિદાય આપી દઈએ તો ઝડપભેર એ સાસરિયાની રીતરસમ શીખીને જીવનમાં વ્યવસ્થિતપણે સ્થિર થઈ જશે. એમને એક વાતનો સધિયારો હતો કે શારીરિક રીતે ફુલન વયસ્ક ન થાય ત્યાં સુધી જમાઈ એને હાથ સુધ્ધાં લગાવવાનો નથી. તો એને

સાસરે વળાવી દેવામાં જ સૌની ભલાઈ છે.

ફુલનને, એના માતા-પિતા સહિતના સમગ્ર પરિવારને, માયાદીનને, ભાવિ પતિને અને સાસરિયાને આશા હતી કે સુખના દિવસો આવી રહ્યા છે. નિરાંતનો સમય આવી રહ્યો છે, શાંતિનો સૂર્યોદય થવામાં છે, પણ...

*

ફુલન વિશેના સંશોધનમાં હાથ લાગેલી વધુ ચોંકાવનારી વિગત મુજબ લગ્ન સમયે એની ઉંમર હતી માત્ર ૧૧ વર્ષ, પંદર વર્ષ નહીં. આ સંબંધથી સૌને સુખનો સૂરજ ઊગવાની આશા હતી, પણ નવવધૂ ફુલન, વરરાજા પુટ્ટીલાલ, કન્યાના પિતા દેવીદીન, માતા મુલા, બિહારી ચાચા કે પિતરાઈ માયાદીન જાણતા નહોતા કે તેમનું જીવન કઈ દિશામાં ફંટાઈ રહ્યું છે.

૧૧ વર્ષની બાળકીને તો લગ્નજીવનની લેશમાત્ર સમજ નહોતી, સમાજમાં અગાઉ લગ્ન જોયા હતા, માણ્યા હતા અને માતાપિતાએ સમજાવી એટલે પરણવા સિવાય છૂટકો નહોતો. એનું કોમળ મન હજી પરિપક્વ થાય અને કંઈ સમજે એ પહેલા ન થવાનું થવા માંડ્યું. સામાજિક નિયમ મુજબ છોકરી સમજણી એટલે કે પરિપક્વ ન થાય ત્યાં સુધી લગ્નજીવનનો આરંભ ન થાય. માત્ર સાસરામાં રહીને એ ત્યાંના રીતરિવાજ શીખતી રહે, ઘરમાં બધા સાથે હળતીભળતી થાય. સૌના દિલ જીતી લે એવો આદર્શ સેવાય.

ફુલન હજી લગ્નજીવન અને સાસરિયાની દુનિયામાં ભાંખોડિયા ભરે એ અગાઉ પુટ્ટીલાલે પોત પ્રકાશી દીધું. એનાથી ત્રણ ગણી વધુ ઉંમરના વરે ફુલન પર બળજબરી કરી. સહશયન નહીં, રીતસરનો બળાત્કાર. જરાય આનાકાની કરતા કે વિરોધનો હરફ સુધ્ધાં ઉચ્ચારતા તેની મારઝૂડ થવા માંડી. ફુલનને ગાળો સાથે સંભળાવી દેવામાં આવતું હતું કે તને કંઈ મફતમાં નથી લાવ્યા, સમજી, તારા સાટામાં એક ગાય આપવી પડી છે.

હવે સતામણી, મેણાટોણા, મારપીટ અને જાતીય શોષણ વચ્ચે માસૂમ ફુલન પાસે એક જ વિકલ્પ બચતો હતો, ભાગી છૂટવાનો. દર વખતે ફુલન સાસરેથી ભાગીને પિયર જવાનો પ્રયાસ કરતી, પકડાઈ જતી અને ફરીથી એના એ જ અત્યાચાર.

પુટ્ટીલાલ અને તેના પરિવારજનોએ ફુલનને શિસ્તબદ્ધ કરવા, એક સ્ત્રીની જેમ વર્તતી કરવા માટે ખૂબ ધમપછાડા કર્યા, પણ બધા પ્રયાસો નિરર્થક નિવડ્યા. એ લોકો ઇચ્છતા હતા કે ગામડાની પરંપરાગત નારીની જેમ ફુલન ચૂપ રહે,

બધું સહન કરીને રહે અને ચૂં કે ચાં ન કરે, પરંતુ બાળપણથી જ ફુલનમાં ઊગી નીકળેલા ઝનૂને એને ગમે તેટલી મારઝૂડ છતાં શાંત પડવા જ ન દીધી.

અંતે એક દિવસ ફુલન સાસરેથી ભાગી છૂટી. પિયર પહોંચીને નિરાંતનો શ્વાસ લે કે એના તન-મન પર પડેલા ઘાની કળ વળે એ પહેલાં એને આંચકાજનક અનુભૂતિ પણ થઈ. પોતે પાછી ફરી એ કલંકરૂપ છે, લાંછનરૂપ છે અને બધાની બદનામી કરનારું છે. ન કોઈએ કારણ પૂછ્યા, ન કોઈએ કારણ પૂરા સાંભળ્યા. એના બદલે એને ઠપકો આપ્યો, શિખામણ અપાઈ. પિયરવાળા સમજાવી-પટાવીને તેને પાછા સાસરે મૂકી આવ્યા.

પરંતુ ફરીથી જૂની વસ્તુઓ જ દોહરાવા માંડી. મારપીટ, ગાળાગાળ અને જાતીયશોષણ તથા સામે ફુલનનો વિરોધ. કંઈ બદલાયું નહોતું. ફરી એનું એ પરિણામ. ફુલન ભાગીને પિયર જતી રહી.

જૂના ઘટનાક્રમમાં નવો સીન ઉમેરાયો. આ વખતે સાસરિયાઓએ એને પાછી સ્વીકારવાનો સ્પષ્ટ નનૈયો ભણી દીધો. ખૂબ કાલાવાલા બાદ સાસરિયાએ એક શર્તે એને પાછી લેવાની તૈયારી બતાવી કે હમણાં ભલે પિયરમાં રહેતી અને ઘરના કામકાજ શીખતી. પતિ સાથે રહેવા જેટલી મોટી-સમજુ થાય પછી સાસરે મોકલી દેજો.

ફુલને મનોમન સંતોષ માન્યો કે ભલું થયું ભાંગી જંજાળ. પણ શાંતિ એના નસીબમાં જ નહોતી. પિયરમાં એ ચૂપ ન રહી શકી. પિતરાઈ માયાદીન સાથે ઘર્ષણ ચાલુ રહ્યાં. શાબ્દિક ટપાટપીથી શરૂ થયેલી વાત અદાલત સુધી પહોંચી ગઈ. પિતાની પચાવી પાડેલી જમીન પાછી મેળવવા માટે ફુલન કોર્ટમાં ગઈ, પણ હારી ગઈ. ખુદ પિતાએ જ એને મદદ ન કરી.

ફુલન સમજી નહોતી શકતી કે પોતાના દાદાની જમીન પર પિતા દેવીદીન અને બિહારી કાકાનો સરખો હક્ક હોય તો પિતરાઈ માયાદીન કેવી રીતે એનો માલિક બની બેઠો? ફુલન ભલે કંઈ સમજી કે ન સમજી, પણ માયાદીનના હાથમાં ચળ આવતી હતી. ક્યારેક જાહેરમાં, તો ક્યારેક ખાનગીમાં, ફુલન એનું અપમાન કરતી જ રહેતી હતી. માયાદીને વેર વાળવું હતું. ફુલનને કાયમ માટે યાદ રહી જાય એવો પાઠ ભણાવવો હતો.

માયાદીનના શેતાની દિમાગમાં એક તુક્કો આવ્યો, કાનૂની ગુંડાગીરી કરવાનો. તેણે પોલીસ પાસે જઈને ફુલને ઘરમાં ચોરી કરી હોવાની ફરિયાદ કરી. સોનાની વીંટી અને કાંડા ઘડિયાળ ઉપરાંત નાની-મોટી ચીજો ફુલને ગાયબ કરી હોવાનો માયાદીને દાવો કર્યો. ફરિયાદ નજીકના ગામના થાણામાં નોંધાવાઈ હતી. એ પોલીસવાળા ફુલનને અને એના આખા પરિવારને ઓળખતા હતા. પરિવારની

ઇચ્છાને માન આપીને પોલીસ ફુલનને પકડીને પોલીસચોકીએ લઈ ગઈ. તેને ત્રણ દિવસ જેલમાં ગોંધી રખાઈ. ત્રણેય દિવસ બરાબરની મારઝૂડ કર્યા બાદ ચેતવણી આપીને છોડી દેવાઈ કે હવે આવું ન કરતી. આવું એટલે 'ચોરી' નહીં, પણ માયાદીનના માર્ગમાં આવવાનું નહીં. સાથોસાથ પરિવારમાં કોઈની સાથે ન બાખડવાની પણ ચીમકી અપાઈ હતી. હવે માયાદીન વિજયના મદમાં રાચવા માંડ્યો, પણ ફુલન ખૂબ ખુન્નસે ભરાઈ અને જેલના 'વો તીન દિન' ક્યારેય ભૂલી ન શકી. આ તરફ માતાપિતાય હવે કંટાળ્યા હતા. ફુલનથી છૂટવાનો અને એને સુખી કરવાનો એક જ રસ્તો સૂઝતો હતો, સાસરે વળાવી દેવાનો.

દેવીદીન અને મુલાએ જઈને પુટ્ટીલાલ અને એનાં માતાપિતાને કાલાવાલા કર્યા કે હવે ફુલન ૧૬ વર્ષની થઈ ચૂકી છે એટલે એ જમાઈ સાથે સહજીવન શરૂ કરી શકાશે, પરંતુ સાસરિયાએ પણ ફુલનના વર્તન અને તોફાનોની વાતો ઊડતી ઊડતી સાંભળી હતી. શરૂઆતમાં તો એક જ જવાબ મળ્યો કે અમને ધોળે ધરમેય ફુલન તો ન જ ખપે.

આવા આકરા નિર્ણય છતાં પુટ્ટીલાલનો પરિવાર ધર્મસંકટમાં હતો. એક તો ગરીબ પરિવાર એટલે ફરીથી લગ્ન તો શક્ય નહોતા. એ સમયે એમના સમાજમાં છૂટાછેડા જેવી બાબતનું અસ્તિત્વ જ નહોતું. અધૂરામાં પૂરું, પુટ્ટીલાલની ઉંમર વધી રહી હતી. સામે પક્ષે ફુલનના પરિવારે ગમે તેમ કરીને થોકબંધ ભેટસોગાદ (કે દહેજ) આપવાની ઑફર કરી. અંતે પુટ્ટીલાલ ઍન્ડ ફૅમિલી માની ગયું.

ફુલનના પરિવારમાં ખુશાલી છવાઈ ગઈ. એના 'ગૌના'ની વિધિની તૈયારીઓ થવા માંડી. નાની ઉંમરે થતા લગ્નમાં છોકરી વયસ્ક થાય અને પતિ સાથે સહજીવન શરૂ કરવા સક્ષમ બને એટલે 'ગૌના'ની વિધિ થાય.

ફુલન પરિપક્વ થઈ ચૂકી હતી એટલે બધાને હતું કે હવે વાંધો ન આવવો જોઈએ અને અંતે ઘીના ઠામમાં ઘી પડ્યું રહેશે. બધાની ધારણા અને અપેક્ષાથી એકદમ વિપરીત બનવા માંડ્યું ફુલન અને પુટ્ટીલાલના દાંપત્યજીવનમાં. ફરી એના એ ઇતિહાસનું પુનરાવર્તન થયું. વાત એટલી બધી હદે વણસી ગઈ કે સાસરિયાએ ભેટસોગાદની બધી ચીજવસ્તુઓ પાછી મોકલી દીધી. તેમણે સોગંદ ખાધા કે હવે કોઈ સંજોગોમાં ફુલનનો પગ અમારા ઘરમાં ન જોઈએ.

એ વર્ષ હતું ૧૯૭૯નું અને ફુલન ૧૬ વર્ષ ઉપરાંત થોડા મહિનાની હતી. છૂટાછેડા કે સાસરેથી કાઢી મુકાયેલી છોકરીને સામાજિક કલંક-લાંછન મનાતું હતું. એક તો ગરીબ, અભણ, પછાત અને એમાં હવે સામાજિક અસ્પૃશ્યતા ઉમેરાઈ. ફુલન ઘરમાં રહે તો પોતીકાઓના અને બહાર નીકળે તો પારકાઓના મેણાટોણા સાંભળવા પડતા હતા. જીવન દોઝખ જેવું થઈ ગયું હતું. ફુલન માટે

ઉપર આકાશ અને નીચે ધરતી બચ્યા હતા. ન કોઈ વિકલ્પ કે ન કોઈ આશા. જવું તો ક્યાં જવું? કરવું તો શું કરવું?

*

ફુલનના જીવનના આરંભિક દિવસો પરથી ગુજરાતી ફિલ્મ બનાવાય તો ટાઇટલ રખાય : પિયરમાં આફત, સાસરામાં મહાઆફત. કાકા બિહારી અને પિતરાઈ માયાદીન સાથે મગજમારીમાંથી છૂટી, તો સાસરિયામાં પતિ પુટ્ટીલાલ એકે હજારો જેવો નીકળ્યો. પિયરમાં ચોરીના આરોપસર જેલ ભોગવી આવેલી ફુલનના પગ સાસરિયામાં ઝાઝા ન ટક્યા. પિયરથી સાસરે અને સાસરેથી પિયરની આવનજાવન વચ્ચે ૧૯૭૯માં મુકાયું પૂર્ણવિરામ : છૂટાછેડા. એ સમય અને એ સમાજ માટે આમ પતિ-પત્નીનું સત્તાવાર રીતે છૂટા પડવું સામાન્ય કે સહજ નહોતું. પુટ્ટીલાલ માટે ઠીક, પણ ફુલન તો છૂટાછેડાને લીધે કલંકિત, બદનામ ગણાવા માંડી.

ફુલન કંઈ જ ભૂલી શકતી નહોતી. પિતરાઈએ કરેલા અન્યાય, પતિએ કરેલા અત્યાચાર અને ચોરીના આરોપસર થયેલા જેલવાસ વખતે થયેલી મારઝૂડ અને સતત બળાત્કાર. હવે સમાજમાં એનું સ્થાન ખૂબ નીચું થઈ ગયું હતું. સામાન્ય જનો માટેના કૂવામાંથી પાણી ભરવાની મનાઈ, કારણ કે પોલીસે ચેતવણી આપી હતી, ફુલનને પાણી ભરવા દેશો તો કૂવો દૂષિત થઈ જશે. જોકે ફુલનના પિતાએ દંડ ભર્યા બાદ કૂવેથી પાણી લેવાની છૂટ મળી ખરી.

આ વિસ્તાર ખૂબ જ આંતરિયાળ અને એકદમ પછાત. આજેય ભારોભાર ગરીબી. ઉદ્યોગોના અભાવને લીધે નોકરી મેળવવાનાં ફાંફાં. મજૂરી-કામ મેળવવા માટે ઘણા પુરુષો નજીકના મોટા શહેર ભણી જવા માટે મજબૂર. થોડા ઘણા પાસે જમીન પણ નહીંવત્ ફળદ્રુપ. એમાંય એ વર્ષે તો વરસાદ પણ મોળો. ખેડૂતોને દાડિયા મજૂર ન પરવડે. આથી શહેર ન જઈ શકતા અને ગામમાં રોજમદાર દાડિયા પણ ન બની શકતાં પુરુષો માટે એક જ રસ્તો બચતો હતોઃ ખીણ, ચંબલની ખીણ અને ચંબલની ખીણમાં ઉતરવા માટે જરૂરી અન્યાય, આક્રોશ અને અજંપાનો દારૂગોળો મોટાભાગનામાં ઠાંસોઠાંસ ભરેલો હતો ફુલનની જેમ. અને ફુલન પણ પહોંચી ગઈ એ ચંબલની ખીણમાં.

એ ત્યાં સુધી કઈ રીતે પહોંચી એનાં વિરોધાભાસી કારણો બહાર આવ્યાં હતાં. આ માટે ઘણી વાતો બહાર આવી હતી : એક, ૧૯૭૯માં જેલમાંથી બહાર આવ્યા બાદ ફુલન ચંબલના એક ડાકુના પ્રેમમાં પડી હતી. બે, ભયંકર ગરમ

મગજવાળી ફુલનને પાઠ ભણાવવા તેનું અપહરણ કરાયું હતું. ત્રણ, પોતાના ઘરવાળા અને મોટી ઉંમરના પતિનું બેફામ ઘસાતું બોલનારી ફુલને ડાકુઓનું ધ્યાન ખેંચ્યું હતું. આ મામલે ખુદ ફુલને ક્યારેય ફોડ ન પાડ્યો. પોતાની જીવનકથામાં માત્ર એટલું લખાવ્યું : કિસ્મત કો યહી મંજૂર થા.

કારણ જે હોય તે પણ ફુલનને માટે હવે ચંબલની ખીણ જ લાંબો સમય આશરો બની જવાની હતી. પણ નસીબ સાવ ફૂટેલાં. પિયર કે સાસરિયામાં દાઝેલી ફુલનને ચંબલની ખીણમાંય અજંપો જ મળ્યો. એ ઉચ્ચ જાતિના મનાતા ડાકુ બાબુ ગુજ્જરસિંહની ટોળકીમાં ભરતી થઈ હતી. સમાજની જેમ ડાકુરાજ અને ચંબલ પણ નાતજાતના ભેદથી મુક્ત નહોતા. ગુજ્જર જાતિના બાબુની નજરમાં ફુલન વસી ગઈ. એ ફુલનની આસપાસ ફરવા માંડ્યો, પણ જરાય ભાવ ન મળ્યો. આ ગૅંગમાં બાબુ ગુજ્જરનો જમણો હાથ હતો. વિક્રમસિંહ, જે ફુલનની મલ્લાહ જાતિનો જ હતો. ફુલનને લીધે ટોળકીના ગુજ્જર અને મલ્લાહ સભ્યો વચ્ચે તંગદિલી વધવા માંડી. ફુલનની અવગણનાને લીધે એકદમ ઉશ્કેરાયેલો બાબુ ગુજ્જર ભાન ભૂલ્યો. તેણે ફુલન પર બળજબરી કરવાનો પ્રયાસ કર્યો. આ બળાત્કારમાં ફુલનને બચાવી વિક્રમસિંહે. જોકે બાબુ ગુજ્જર અને વિક્રમસિંહની ઝપાઝપી ધારણાથી વધુ લાંબી લાંબી ચાલી અને ગંભીર બની ગઈ. પરિણામે વિક્રમસિંહના હાથે બાબુ ગુજ્જર ઠાર મરાયો.

હવે વિક્રમસિંહ મલ્લાહ ગૅંગનો નવો આકા બની ગયો. આ સાથે જ વિક્રમસિંહ અને ફુલન નજીક આવવા માંડ્યા. ભૂતકાળમાં ફુલન પરણેલી હતી, તો વિક્રમ પણ કુંવારો નહોતો. એકનો પતિ હયાત હતો, તો બીજાની પત્ની, પરંતુ વિક્રમસિંહના પ્રેમપૂર્વકના વર્તનથી ફુલન આકર્ષાયા વગર ન રહી. ગૅંગમાં બધા ખૂણેખાંચરે ફુલનને વિક્રમની રખાત કહેવા માંડ્યા. કેટલાક ડાકુઓને નવા બૉસ સામે વાંધો હતો. અમુકને બૉસની નજીક ફુલનનું હોવું આંખમાં કણાની જેમ ખૂંચતું હતું. એક મલ્લાહના હાથે બાબુસિંહની થયેલી હત્યાને લીધે ગૅંગના ગુજ્જરો સમસમીને બેસી રહ્યા હતા.

વિક્રમસિંહ અને ફુલન હવે પતિ-પત્નીની જેમ રહેવા માંડ્યાં હતાં. ફુલનનું દિલ જીતવા, એને ખુશ રાખવા અને ચહેરા પર સ્મિત લાવવા માટે વિક્રમસિંહ કંઈ પણ કરવા તૈયાર હતો.

થોડાં અઠવાડિયાં બાદ વિક્રમસિંહની ગૅંગે નવો પ્લાન બનાવ્યો. તેઓ ફુલનના સાસરિયાના ગામે પહોંચી ગયા. એમનું ટાર્ગેટ હતો ફુલનનો પતિ પુટ્ટીલાલ. ગામ પર ત્રાટકવા સાથે ગૅંગે પુટ્ટીલાલના ઘર પર હુમલો કર્યો. ક્યારેક પત્ની તરીકે હડધૂત કરેલી એ પત્ની આજે યમદૂત બનીને સામે આવી હતી. પુટ્ટીલાલની

કાકલૂદીથી ફુલન જરાય ઢીલી ન પડી. ફુલન એને ઘરમાંથી બહાર ઢસડીને લાવી અને આખા ગામની સામે પુટ્ટીલાલની છાતીમાં છરી હુલાવી દીધી. અધમરેલા પુટ્ટીલાલને ઢોરની જેમ ઢસડતાં-ઢસડતાં લઈ જવાયો અને એને રસ્તા પર રળઝતો મૂકી દેવાયો. એ પહેલાં એના ગળામાં એક ધમકી પત્ર બાંધી દેવાયો : ખબરદાર, કોઈ નાની ઉંમરની છોકરીઓ સાથે પરણ્યા છો તો.

હવે ફુલન લોહી ચાખી ગયેલી વાઘણ હતી અને મગજમાં ધરબાયેલાં વેરના સાપોલિયા સળવળાટ કરવા માંડ્યાં હતાં. હવે કોનું આવી બનશે?

*

સતત અત્યાચાર-અન્યાય સામે ફુલને બગાવતનો બૂંગિયો ફૂંક્યો હતો. ગૅંગનો સર્વેસર્વા બાબુ ગજ્જર ફુલનના મોહમાં વિક્રમસિંહ મલ્લાહના હાથે માર્યો ગયો. ફુલન હવે વિક્રમસિંહની માનીતી કહો તો માનીતી અને બીજી પત્ની કહો તો બીજી પત્ની બની ગઈ. આ બંને ફુલનના સાસરાના ગામે પહોંચી ગયા. ખુદ ફુલને જ પોતાના માજી પતિ પુટ્ટીલાલનો ક્રૂરપણે ખાત્મો બોલાવી દીધો.

ફુલને વેરની વસૂલાત શરૂ કરી એ સાથે એના ગામનો ફફડાટ વધવા માંડ્યો. એક તરફ ફુલન હથિયાર વાપરતાં શીખવા માંડી, તો બીજી બાજુ એને કનડનારાઓને પરસેવો વળવા માંડ્યો. હવે વિક્રમસિંહ મલ્લાહ અને ફુલન એકદમ જોશમાં હતાં. એમની ટોળકી ઠેર ઠેર ત્રાટકીને લૂંટફાટ ચલાવતી હતી. આ ગૅંગ ઉચ્ચ જાતિને વધુ નિશાન બનાવતી હતી. લૂંટ, મારપીટ, ખંડણી વસૂલી, અપહરણ અને ધાકધમકીને પ્રતાપે ફુલનના નામનો ફફડાટ વધી રહ્યો હતો. આને લીધે ટોળકીના ઉચ્ચ જાતિના લોકોમાં અસંતોષ અને આક્રોશ ઉગ્ર બની રહ્યા હતા. આ બંનેની વધતી આણ અને ફેલાતી બદનામીને લીધે હરીફ ટોળકીઓ પણ નાખુશ હતી. આ બધાની વચ્ચે ફુલનની કડવી અને તેજાબી જીભ આગમાં ઘી છાંટવાનું કામ કરતી હતી.

એક તરફ આંતરિક અસંતોષ, ઉચ્ચ જાતિનો ગુસ્સો, પોલીસનું જોશ અને હરીફોની પેંતરાબાજી ફૂલીફાલી રહી હતી. આમાં સક્રિય વિરોધ નોંધાવ્યો વિક્રમસિંહની ગૅંગના જ બે સભ્યે. ઉચ્ચ ઠાકુર કોમના ભાઈ શ્રી રામ અને લાલારામ અત્યાર સુધી મૂંગે મોઢે બધું જોતા હતા. મનમાં ને મનમાં સમસમીને હાથ પર હાથ મૂકીને બેસી રહેતા હતા. પણ હવે બંનેએ કંઈક કરી છૂટવાનો નિર્ણય લઈ લીધો હતો. હકીકતમાં તો બાબુ ગુજ્જરના સમયમાં આ ભાઈઓ પોતાના પરિવાર સાથે શાંતિથી જીવવા માટે ટોળકી છોડી ગયા હતા, પણ

કોઈક કારણસર પાછું ફરવું પડ્યું હતું. સરદાર બાબુ ગુજ્જરની હત્યા થયાનું જાણીને બંને સ્તબ્ધ થઈ ગયા હતા. એક તો ખૂન અને એ પણ વિક્રમસિંહના હાથે અને ફુલનને કારણે. બંને મલ્લાહ. શ્રી રામ અને લાલારામને ફુલન ખૂબ ખટકતી હતી. તેઓ આથડવા-બાખડવા માટે તકની શોધમાં જ રહેતા હતા.

ઘર્ષણ માટેની તક પૂરી પાડી ફુલનની તીખી અને ધારદાર જીભે. આના જવાબમાં બંનેએ ફુલનને વ્યભિચારી અને વિલાસી કહી અને ટોળકીમાં ભેદભાવ બદલ દોષિત ઠેરવી. વાતવાતમાં શરૂ થયેલો મામલો હાથ સુધી પહોંચી ગયો. ઉશ્કેરાટમાં શ્રી રામે ફુલનનું કાંડુ પકડી લીધું અને જોરદાર તમાચો ઝીંકી દીધો. ત્યાર બાદ થયેલી ઝપાઝપીનો લાભ લઈને ફુલન ગજબનો દાવ રમી ગઈ. તેણે આક્ષેપ કર્યો કે શ્રીરામે મારો વિનયભંગ કર્યો છે. હવે ટોળકીના સરદાર તરીકે વિક્રમસિંહ મલ્લાહે શ્રીરામને ઠપકો આપ્યો અને માફી માગવાનો આદેશ આપ્યો. શ્રીરામ અને લાલારામને આ હડહડતું અપમાન લાગ્યું. પોતે માફી માગવાની અને એ પણ મલ્લાહ જાતિની ફુલનની? પરંતુ એ સમયે બીજો વિકલ્પ નહોતો.

માફી તો માગી લીધી, પણ બંને ભાઈ એમ ગાંજ્યા જાય તેવા નહોતા. હવે વિક્રમની ટોળકી જ્યાં ત્રાટકે ત્યારે બંને મળીને ઇરાદાપૂર્વક મલ્લાહ કોમના લોકોની મારઝૂડ કરે, અપમાન કરે અને પોતાનાં હૈયાં ને દિમાગ ઠારે. આટલેથી અટકવાને બદલે બંને ઠાકુર જાતિના વધુ ને વધુ સભ્યોને ટોળીમાં સામેલ થવા માટે લાવવા માંડ્યા. વિક્રમસિંહ મલ્લાહ ઇનકાર કરી શકે એમ નહોતો. શ્રીરામ અને લાલારામનો વ્યૂહ ખતરનાક હતો. ટીમમાં ઉચ્ચ અને નીચ જાતિ વચ્ચે સંલુતન ઊભું કરવું અને બને તો ઉચ્ચ ઠાકુર જાતિના ડાકુઓની સરસાઈ સાબિત કરવી અને ધીરે ધીરે ઠાકુરોનું પલ્લું ભારે સુધ્ધાં થઈ ગયું.

ખુદ વિક્રમસિંહને સૂઝ્યું હશે કે ફુલનને પ્રેરણા આપી હશે, પણ સરદાર વિક્રમસિંહે સૂચન કર્યું કે ટોળકીને બે ભાગમાં વહેંચી નાખવી : એકમાં ઠાકુરો રહે, બીજામાં મલ્લાહ, પરંતુ શ્રીરામે આ પ્રસ્તાવનો સ્પષ્ટ વિરોધ કરતાં દલીલ મૂકી કે બાબુ ગુજ્જર કે એની અગાઉના કોઈ સરદારે ક્યારેય આવું પગલું ભર્યું નહોતું. બંનેએ ટોળકીને મિશ્ર જાતિની રાખવાનો ધરાર આગ્રહ રાખ્યો.

ઠાકુર જાતિના ડાકુઓ સીધેસીધા બોલતા નહોતા, પણ તેમને હૃદયમાં વધુ એક બાબત ખંજરની જેમ ખૂંપેલી હતી. માત્ર વિક્રમસિંહ મલ્લાહ પાસે જ સ્ત્રી હતી, બાકી કોઈને પત્નીને પણ સાથે રાખવાની મંજૂરી નહોતી. આનાથી આખી ટોળકીમાં નાની મોટી નારાજગી હતી. અધૂરામાં પૂરું, ફુલનનો તીખો સ્વાભાવ અને કડવી જીભ, કોઈના દિલ જીતવામાં અડચણરૂપ હતા.

ટોળકીમાં ઊકળતા ચરૂ વચ્ચે ફરી એક વાર શ્રીરામ ફુલનની નૈતિકતા વિશે

કંઈક ઘસાતું બોલ્યો અને વિક્રમસિંહ સાથે તડાફડી શરૂ થઈ. વિક્રમે વળતો ફટકો માર્યો અને શ્રીરામના પરિવારની મહિલાઓ વિશે જેમ તેમ બોલ્યો. આ શબ્દોની તડાફડી આગળ વધીને કારતૂસોની આતશબાજીમાં ફેરવાઈ ગઈ. આ સામસામી બંદૂકબાજીમાં ટોળકીનો એકેય ડાકુ વિક્રમસિંહ અને ફુલનની વહારે ન આવ્યા. માંડ માંડ જીવ બચાવીને બંને રાતના અંધારામાં ભાગી છૂટ્યા.

બંને માંડ જીવ બચ્યાનો હાશકારો અનુભવે, એ પહેલાં તો દોસ્તમાંથી દુશ્મન બનેલા સાથીઓ એમના સુધી પહોંચી ગયા. ઝાઝું વિચાર્યા કે રાહ જોયા વગર ઠાકુરોએ વિક્રમસિંહ મલ્લાહને ઠાર માર્યો. ટોળકીના બીજા સરદારના મોત માટે પણ કારણરૂપ બની ફુલન.

જો કે બીજી વાત એવી પણ આવી હતી કે ઉચ્ચ જાતિના ડાકુઓ ભરરાતે વિક્રમસિંહ અને ફુલન પર ત્રાટક્યા. બંને ભરઊંઘમાં હતાં, ત્યારે ઘેરી લેવાયાં. મીઠી ઊંઘ માણતા વિક્રમસિંહને કાયમ માટે પોઢાડી દેવાયો.

જે કાંઈ બન્યું એ ખરું, પણ વિક્રમસિંહ મલ્લાહનું ઢીમ ઢળી ગયું. ને ફુલન જીવતી હતી. એનું કરવું શું? નવા ભરતી થયેલા ડાકુઓ, શ્રીરામ અને લાલારામમાં આ બાબતે લેશામત્ર મતભેદ નહોતો. તેઓ ફુલનને પોતાના ગામ બેહમઈ લઈ ગયા. ફુલનને બેહમઈમાં ઘરમાં પૂરી રખાઈ. એની પાશવીપણે મારઝૂડ થઈ. એક પછી એક પુરુષ આવે અને બળાત્કાર કરે. ત્રણ અઠવાડિયા સુધી ફુલન પર આ અમાનુષી અત્યાચાર થતા રહ્યા ત્યારે કોઈ જાણતું નહોતું કે બેહમઈ કેવી બદનસીબીને આમંત્રણ આપી રહ્યું હતું. અન્ય કોઈ સ્ત્રી હોય તો મરી ગઈ હોત કે આપઘાત કરી લીધો હોત, પણ આ તો હતી ફુલન.

*

બેહમઈ. ઠાકુરોએ ત્રણ-ત્રણ અઠવાડિયાં સુધી ફુલન પર અસહ્ય અત્યાચાર અને સામૂહિક બળાત્કાર ગુજાર્યો. માનવતાને કમકમાટી ઊપજે એવી આ ઘટના છતાં ફુલન ઝઝૂમતી અને જીવતી રહી. અન્ય કોઈ મહિલા હોત તો અત્યાચારને લીધે મરી ગઈ હોત કાં આપઘાત કરી લીધો હોત, પરંતુ ભાવિના ગર્ભમાં કંઈક અલગ રંધાઈ રહ્યું હતું.

બેહમઈના બે નીચલા વર્ગના પ્રજાજનો અને વિક્રમસિંહની ટોળકીના માનસિંહ સહિતના મલ્લાહ કોમના બે સભ્યોની મદદથી ફુલન બંધ રૂમમાંથી ભાગી છૂટી. ઠાકુરોએ આ કચાશ માટે ભારે કિંમત ચૂકવવી પડશે, એનો ત્યારે બેહમઈમાં કોઈને લેશમાત્ર અણસાર નહોતો.

બાળપણથી સહન કરેલા ત્રાસ, ચોરીના આરોપ બદલ થયેલા જેલવાસ દરમિયાન થયેલા બળાત્કાર, બાબુસિંહ ગુજ્જરે કરેલી જીવલેણ છેડતી, પ્રેમી દસ્યુ સરદાર વિક્રમસિંહ મલ્લાહની હત્યા અને પછી બેહમઈમાં બેરહમી. એક જ વ્યક્તિના જીવનમાં આટઆટલું થઈ શકે? તો એ જીરવી શકે ખરી? અને જો ટકી જાય તો ગાંડો ન થઈ જાય? પણ ફુલન કંઈક અલગ જ માટીની બનેલી હતી.

હવે ફુલન અને માનસિંહ મલ્લાએ હાથ મિલાવ્યો. બંનેએ જીવનમાં અને ટોળકીમાં ભાગીદારી કરી લીધી. બંને વચ્ચે પ્રેમ પાંગર્યો. અગમચેતી વાપરીને તેમણે માત્ર મલ્લાહની બનેલી ટોળકી શરૂ કરી. અગાઉનો દાખલો તાજો હતો અને એ જ ભૂલ ફરીથી કરે એટલી નાદાન ફુલન નહોતી.

આ નવી ગૅંગે ધડાધડ ધાડ પાડવાનું શરૂ કરી દીધું. લૂંટફાટ સાથે હિંસાચાર હોય જ. આ ગૅંગ બહુધા બુંદેલખંડનાં ગામોને નિશાન બનાવતી અને ઉચ્ચ વર્ણના કે સવર્ણો પર વધુ ધ્યાન આપતી હતી. વાતો એવી પણ વહેતી થઈ કે ફુલનની ગૅંગ લૂંટના માલની નિમ્ન વર્ગના ગરીબોમાં સખાવત કરી દેતી હતી. ફુલનની મિસ રોબિનહૂડની ઇમેજ કોઈ સરકારને ન પરવડે. આથી સત્તાવાર સ્તરે તો ફુલન દયાની દેવી હોવાની વાતને ધરાર નકારી કઢાઈ હતી.

ફુલન ભલે ધાડ પાડતી હતી, મારપીટ કરતી હતી, લૂંટફાટ કરતી હતી, પણ એના મન-મગજમાંથી બેહમઈ હટતું નહોતું. જાતને બહુ રોકી, પણ છેવટે હારી ગઈ. એનું મગજ અને પગ બેહમઈ તરફ આપોઆપ ખેંચાતા હતા.

અંતે ૧૯૮૧ની ૧૪મી ફેબ્રુઆરી આવી. વેલેન્ટાઇન્સ ડેએ ફુલન અને તેની ગૅંગે બેહમઈમાં ફરી પગ મૂક્યો, પણ એમાંય ક્યાંય લવ, પ્રેમ, ઇશ્ક, મહોબ્બત કે વહાલ નહોતાં. પોલીસના ગણવેશમાં બેહમઈ પહોંચેલી ગૅંગમાંથી ફુલને આગળ વધીને એક જ માગણી કરી કે મારા પર અત્યાચાર ગુજારનારાઓને પેશ કરો, સાથે તેમનો બધો કીમતી માલસામાનનો પણ ઢગલો કરો. દુર્ભાગ્યે ગામના બધા સશક્ત માણસો તો મજૂરી કરવા માટે શહેરમાં સ્થળાંતર કરી ગયા હતા. ફુલન ગાંડાની જેમ ફરી વળી અને આકરી શોધખોળ બાદ બે ઠાકુર મળ્યા. આ બંને તેની જૂની ગૅંગના સાથી હતા, પણ તેમણે ફુલન પર બળાત્કાર કર્યો નહોતો. તેઓ તો વિક્રમ મલ્લાહ અને ફુલનનો વિરોધ કરનારા શ્રીરામ જૂથના ઠાકુરો હતા.

પોતાના પર બળાત્કાર કરનારો એકેય ગુનેગાર હાથ ન લાગતાં ફુલન ક્રોધથી ગાંડી થઈ ગઈ. આનાથી મનની અંદર ધરબાયેલો સમગ્ર ઠાકુર કોમ માટેનો ગુસ્સો જ્વાળામુખી બનીને બહાર આવ્યો : આ... આ ઠાકુરોએ જ બાબુ ગુજ્જરની હત્યાનો વિરોધ કર્યો હતો. આ ઠાકુરોએ જ મારા પ્રેમી વિક્રમસિંહ

મલ્લાહને ક્રૂરતાથી મારી નાખીને લાશ ફગાવી દીધી હતી આ ઠાકુરોએ જ મારા પર વારંવાર બળાત્કાર કર્યો હતો. આ ઠાકુરોએ જ.

ફુલને દાંત ભીંસીને આદેશ આપ્યો : એક-એક ઠાકુર પુરુષને ઢસડી લાવો. એક સમયે બાજુના ગામમાં કેટલાંક કમનસીબ ઠાકુરો લગ્નમાં હાજર રહેવા બેહમઈ આવ્યા હતા, પણ એમની વાત દસ્યુ-ગૅંગે ન સાંભળી. દસ્યુરાણીના આદેશનું પાલન થયું. બધા ઠાકુરોને કતારમાં ઊભા રાખી દેવાયા. કુલ મળીને બે ડઝન માણસો ઊભા હતા, એમના મનમાં જે ચાલતું હોય તે પણ આંખમાં ડરનાં સાપોલિયાં સળવળતાં હતાં. બધાના પગ પાણી-પાણી થઈ ગયા હતા. આ બધાના મનમાં જેનો ડર હતો એ એકદમ સાચો હતો. ફુલને ભાવહીન ચહેરે આદેશ આપ્યો : ફાયર. ફુલનની ટોળકીના બધા દસ્યુઓની બંદૂક બોલી અને બધા ઠાકુરો કાયમ માટે ચૂપ થઈ ગયા. શનિવારે સાંજે ચાર વાગે આ હત્યાકાંડ થયો અને બધાના જીવનના સૂર્યાસ્ત થઈ ગયા.

બીજા દિવસનાં બધાં અખબારોની હેડલાઇનમાં ૨૪ લાશ લટકતી દેખાઈ. બેહમઈ હત્યાકાંડે હાહાકાર મચાવી દીધો. આ ૨૪માંથી બે જણાંનો થોડો ઘણો દોષ હતો, પણ બાકીના ૨૨ સંપૂર્ણપણે નિર્દોષ હતા, પરંતુ ઇયળ ભેગા ધાનનો વારો નીકળી ગયો. ફુલન રાતોરાત સેલિબ્રિટી બની ગઈ, દેશની સૌથી મોટી વેમ્પ-ખલનાયિકા બની ગઈ. દેશભરમાં ફુલન-ફુલનના નામની બુમરાણ મચી ગઈ.

જન આક્રોશ એટલો બધો ઉગ્ર હતો કે ઉત્તર પ્રદેશના તત્કાલીન કૉંગ્રેસી મુખ્ય પ્રધાન વિશ્વનાથ પ્રતાપસિંહે હોદ્દા પરથી રાજીનામું આપી દેવું પડ્યું હતું. એક-એક પોલીસવાળા ફુલનનું પગેરું દબાવીને પાછળ પડી ગયા, પણ ફુલન તો ઠીક એના પડછાયાનેય હાથ ન લગાવી શકાયો.

બીજી તરફ ઠાકુરો અને ઉચ્ચ કોમ નારાજગી સાથે ગુસ્સાથી એકદમ લાલચોળ થઈ ગઈ. બેહમઈમાં મૃતકોને નિઃશસ્ત્ર, નિર્દોષ અને કર્મવીર ગ્રામજનો કહેવા સાથે શહીદ ગણાવાયા. તેમના નામે શહીદ સ્મારક ઊભું કરાયું, જેમાં આટલાં નામ મુકાયાં. (૧.) તુલસીરામસિંહ કલ્લુસિંહ ઉંમર વર્ષ ૫૫, બેહમઈવાસી, (૨.) રાજેન્દ્રસિંહ તુલસીરામસિંહ ઉંમર વર્ષ ૩૫ બેહમઈવાસી, (૩.) સુરેન્દ્રસિંહ તુલસીરામસિંહ ઉંમર વર્ષ ૩૦, બેહમઈવાસી, (૪.) જગન્નાથસિંહજી છોટેસિંહ ઉંમર વર્ષ ૩૫, બેહમઈવાસી, (૫.) વીરેન્દરસિંહ છેદીસિંહ ઉંમર વર્ષ ૨૫, બેહમઈવાસી, (૬.) રામાધારસિંહ સુબાસિંહ ઉંમર વર્ષ ૫૦, બેહમઈવાસી, (૭.) શિવરામસિંહ વિન્દાસિંહ ઉંમર વર્ષ ૪૦, બેહમઈવાસી, (૮.) રામચંદ્રસિંહ શિવરામસિંહ ઉંમર વર્ષ ૧૬, બેહમઈવાસી, (૯.) શિવબાલકસિંહ બૈજનાથસિંહ

ઉંમર વર્ષ ૪૪, બેહમઈવાસી, (૧૦.) અનવારીસિંહ મહારાજસિંહ ઉંમર વર્ષ ૨૨, બેહમઈવાસી, (૧૧.) લાલસિંહ મહતાબસિંહ ઉંમર વર્ષ ૨૦, બેહમઈવાસી, (૧૨.) નરેશસિંહ સોબરસિંહ ઉંમર વર્ષ ૨૨, બેહમઈવાસી, (૧૩.) દશરથસિંહ કન્હઈસિંહ ઉંમર વર્ષ ૩૦, બેહમઈવાસી, (૧૪.) બનવારીસિંહ લાખનસિંહ ઉંમર વર્ષ ૨૦, બેહમઈવાસી, (૧૫.) હિમ્મતસિંહ રામગુલામસિંહ ઉંમર વર્ષ ૩૫, બેહમઈવાસી, (૧૬.) હુકમસિંહ મુકટસિંહ ઉંમર વર્ષ ૩૦, (૧૭.) તુલસીરામ ધનીરામ ઉંમર વર્ષ ૧૮, રાજપુરવાસી, (૧૮.) હરિઓમસિંહ જાહરસિંહ ઉંમર વર્ષ ૨૫, બેહમઈવાસી, (૧૯.) રામઅવતાર મિઠીલાલ ઉંમર વર્ષ ૧૬, રાજપુરવાસી, (૨૦.) નઝીરખાન લાલખાન ઉંમર વર્ષ ૩૦, સિકન્દરાવાસી.

આટલો મોટો હત્યાકાંડ થયો તેથી પ્રજા ત્રાહિમામ્ પોકારી ગઈ, મુખ્ય પ્રધાને સિંહાસન છોડી દીધું અને પોલીસની ઊંઘ હરામ થઈ ગઈ હતી, પરંતુ દસ્યુ રાણી ફુલનદેવીના કોઈ સગડ ન મળ્યા. એવી વાતો આવી કે ફુલનને પકડી શકાતી નથી, કારણ કે ઘણા ગામવાળા એને મદદ કરી રહ્યા છે. આમજનતાનું સમર્થન ધરાવતી ફુલનને પકડવાનું મુશ્કેલ નહીં, પણ એકદમ અશક્ય બની ગયું હતું.

બેહમઈ હત્યાકાંડને બબ્બે વર્ષ વીતી ગયાં હતાં છતાં સરકારને હાથે નાલેશી સિવાય કંઈ લાગ્યું નહોતું. ઠાકુરાણી પુતલીબાઈ બાદ ફુલનદેવી સૌથી મોટું શિરદર્દ બની ગઈ હતી. આ દર્દને કાબૂમાં લેવાનો ઇલાજ એક મહિલા શોધી રહી હતી. એ શક્તિશાળી મહિલાને પૂરેપૂરી ખાતરી હતી કે પોતે સફળ થશે જ. ખરેખર?

*

ફુલન અને બેહમઈ. બેહમઈ અને ફુલન. બેહમઈ હત્યાકાંડ ભુલાતો નહોતો, ને ફુલન પકડાતી નહોતી. બે હજાર પોલીસવાળા અને હેલિકૉપ્ટરની ખાસ સેવા લેવા છતાં ફુલનનો અતોપતો લાગતો નહોતો. લાખોનું ઈનામ કોઈને મળે એમ લાગતું નહોતું.

ઉત્તર ભારતના રાજકારણમાં ખૂબ મહત્ત્વની ભૂમિકા ભજવતા ઠાકુરો સહિતના સવર્ણોની નારાજગી અને ગુસ્સાએ માઝા મૂકી હતી. બેહમઈનાં બે વર્ષ બાદ પણ દસ્યુરાણી ફુલન હાથ ન આવી. તો હવે કરવું શું? આનો જવાબ હતો તત્કાલીન વડાંપ્રધાન ઇન્દિરા ગાંધી પાસે.

કાબેલ, ગણતરીબાજ અને ચતુર રાજકારણી ઇન્દિરા ગાંધીએ ફુલનને

પકડવાને બદલે એના ફફડાટ-ડરનો અંત લાવવાનો વ્યૂહ વિચારી લીધો હતો.

૧૯૮૧ની ૧૪મી ફેબ્રુઆરીએ ફુલન અને ટોળકીએ ભલે પોલીસના સ્વાંગમાં જઈને બેહમઈમાં કોહરામ મચાવ્યો હતો, પણ ઇન્દિરા ગાંધીએ પોલીસને દૂર રાખીને રાજકીય ઉકેલનો પ્રયોગ કરવાનું વિચાર્યું હતું. પોલીસ નિષ્ફળ ગઈ હતી તો ફુલન ખુદ થાકી હતી, બીમાર હતી અને ટોળકીના ઘણા સભ્યો પોલીસની ગોળીનો શિકાર બની ગયા હતા. આ સંજોગોમાં ઇન્દિરા ગાંધીની ટીમે ફુલન અને તેની દસ્યુ ગૅંગની શરણાગતિ માટે મંત્રણાઓ શરૂ કરી દીધી હતી. ફુલન માટે જીવ બચાવવાનો આ શ્રેષ્ઠ વિકલ્પ હતો, કારણ કે આજે નહીં તો કાલે અને કાલે નહીં તો પરમ દિવસે, પોલીસ કે અન્ય ડાકુની ગોળી એને નિશાન બનાવી જાય એવી પૂરેપૂરી શક્યતા હતી.

ભલે શરણાગતિ સ્વીકારવાની હતી, પરંતુ સાવ ડરપોક બિલ્લીની જેમ નહીં જ. ૧૯૮૩ના ફેબ્રુઆરીમાં તે શરણાગતિ માટે તૈયાર થઈ, પણ પોતાની શરતે. સૌથી મોટી અને મહત્ત્વની બાબત એ હતી કે ફુલનને ઉત્તર પ્રદેશની પોલીસ પર તસુભાર વિશ્વાસ નહોતો. શરણાગતિને બહાને બોલાવીને ઠાર મારી દે તો? ફુલને સાફ શબ્દોમાં સંભળાવી દીધું કે હું મધ્ય પ્રદેશ પોલીસ સમક્ષ જ શરણાગતિ સ્વીકારીશ અને પોલીસને બદલે મહાત્મા ગાંધી તથા દુર્ગા માતાના ફોટા સમક્ષ જ હથિયાર હેઠાં મૂકીશું. આ મુખ્ય વાતો માની લેવાય એટલું જ પૂરતું નહોતું. ફુલનની વધુ ચાર શરત હતી. (૧) પોતાને કે શરણાગતિ સ્વીકારનારા એકેય ડાકુને મૃત્યુદંડની સજા નહીં એવું વચન આપો. (૨) શરણે આવેલા એકેય ડાકુને આઠ વર્ષથી વધુ સજા નહીં થાય. (૩) મારા પરિવારને જમીનનો પ્લોટ અપાશે. (૪) મારા આખા પરિવારને પોલીસના રક્ષણ હેઠળ શરણાગતિનો કાર્યક્રમ જોવા લાવવામાં આવે.

શરણાગતિની શરતોમાં પણ ફુલનનો મિજાજ દેખાયા વગર રહેતો નથી. ફુલનની આ આકરી શરતો મેળવ્યા બાદ એક નિઃશસ્ત્ર પોલીસ અધિકારી ચંબલ ખીણમાં એક ગુપ્ત સ્થળે ફુલનને મળ્યા. બધી વાતો પાકા પાયે નક્કી થઈ ગયા બાદ આ રસાલો ગુપચુપ ચંબલથી રવાના થયો. આ બધા મધ્ય પ્રદેશના ભીંડમાં પહોંચી ગયા.

ભીંડમાં દસેક હજાર માણસની ભીડ રૉબિનહૂડનો અવતાર ગણાવાયેલી દસ્યુરાણી ફુલનદેવીના આત્મસમર્પણની સાક્ષી બનવા ઊમટી પડી હતી. આ સમયે ૩૦૦ પોલીસવાળા પણ હાજર હતા. મધ્ય પ્રદેશના મુખ્ય પ્રધાન અર્જુનસિંહની હાજરીમાં હથિયાર હેઠાં મૂકી દીધાં બાદ વિશાળ વરઘોડા જેવા સરઘસરૂપે ફુલન આણિ મંડળીને ગ્વાલિયર જેલ લઈ જવાઈ હતી, કારણ કે ૩૦૦ પોલીસવાળાને

ફુલન એન્ડ કંપનીની ધરપકડ કરવા હાજર રખાઈ જ હતી. પૂરેપૂરી સલામતી વ્યવસ્થા સાથે બેન્ડિટ ક્વીન ફુલનદેવીને જેલભેગી કરી દેવાઈ.

શ્રીમતી ઇન્દિરા ગાંધી અને અર્જુનસિંહ માટે આ મોટી રાજકીય સફળતા હતી, પણ ઘણા ઠાકુરોને ફુલન જીવતી રહે અને જેલમાં સલામત રહે એ નાપસંદ હતું.

ફુલન સામે કુલ ૪૮ અપરાધ માટેના આરોપ મુકાયા હતા. આમાંથી ૩૦ તો ધાડ પાડવા અને અપહરણ કરવા સંબંધી હતા. ફુલન સામેનો ખટલો શરૂ થવામાં વિલંબ થતો જતો હતો અને એ જેલની અંદર જ હતી. દરમિયાન ફુલનની તબિયત બગડી હતી. અંડાશયની તકલીફ થવાથી ઑપરેશન કરાયું હતું. અગાઉ મુકાયેલી શરત અને અપાયેલા વચન છતાં ફુલનદેવીનો આઠ વર્ષે જેલમાંથી છુટકારો થયો નહોતો, પરંતુ શાંત બેસી રહેવાને બદલે ફુલને લડવાનું શરૂ કરી દીધું. ૧૯૯૨માં નવી દિલ્હી લોકસભાની બેઠક પરથી ફુલને ચૂંટણી મેદાનમાં ઝંપલાવી દીધું. આ ચૂંટણીમાં મુખ્ય બે હરીફ હતા બોલીવૂડના જાની દુશ્મન રાજેશ ખન્ના (કૉંગ્રેસ) અને શત્રુઘ્ન સિંહા (ભાજપ). આ ચૂંટણીમાં રાજેશ ખન્નાની જીત થઈ, પણ અપક્ષ તરીકે લડનારી ફુલનને માત્ર ૭૫૩ મત મળ્યા હતા.

દસ વર્ષ પૂરાં થયાં બાદ ફુલનનું જેલમાં અગિયારમું વર્ષ ચાલતું હતું. એ સમયે માછીમારોનાં નેતા વિષંભર પ્રસાદ નિષાદની મધ્યસ્થીને લીધે ફુલનને આશાનું કિરણ દેખાતું હતું. નિષાદની દરમિયાનગીરીને પગલે ૧૯૯૪માં ફુલનને પેરોલ પર છોડી મુકાઈ હતી. ત્યારબાદ મુખ્ય પ્રધાન મુલાયમસિંહ યાદવની ઉત્તર પ્રદેશ સરકારે ફુલનદેવી વિરુદ્ધના બધા આરોપો પાછા ખેંચી લીધા હતા. આની સાથોસાથ જ ફુલને એકલવ્ય મંચની સ્થાપના કરી હતી, જેનું ધ્યેય સમાજના નીચલા સ્તરના લોકોના ઉત્થાનનું હોવાનું જાહેર કરાયું હતું. જોકે ફુલનના છુટકારાથી દેશભરમાં આઘાતની લાગણી વ્યાપી ગઈ અને જોરદાર વિવાદ ઊભો થયો હતો. આમેય અદાલતમાં તો ફુલને ફેરવી તોળ્યું હતું કે બેહમઈમાં ગોળીઓ છોડવાનો મેં આદેશ આપ્યો જ નહોતો. આથી બેહમઈ હત્યાકાંડ માટે પોતે દોષી ન હોવાનો તેણે અદાલતમાં દાવો કર્યો હતો.

જેલમાંથી બહાર આવ્યા બાદ ફુલનના જીવનમાં કંઈક નવું બની રહ્યું હતું. તેણે પોતાના બનેવી અને દિલ્હીના કૉન્ટ્રાક્ટર ઉમેદસિંહ સાથે લગ્ન કરી લીધા. ઉપરાંત ફુલને બૌદ્ધ ધર્મ પણ અપનાવી લીધો.

૧૯૯૬માં મુલાયમસિંહ યાદવે ફરી સૌને ચોંકાવી દીધા. ૧૯૯૬માં લોકસભાની ચૂંટણીમાં મુલાયમના સમાજવાદી પક્ષે મિર્ઝાપુર બેઠકની ટિકિટ ફુલનદેવીને

આપી. ઉત્તર પ્રદેશના જાતિવાદી રાજકારણમાં ફુલનને ચોક્કસ કારણસર ચૂંટણી લડાવાઈ રહી હતી.

આ ચૂંટણીમાં મિર્ઝાપુર બેઠક પર પૂરા ૬૧ ઉમેદવારો મેદાનમાં ઊતર્યા હતા, પરંતુ ફુલનદેવીની 'સાઇકલ' જ વિનિંગ પોસ્ટ સુધી પહોંચી શકી, ત્યારે ફુલનના મુખ્ય પ્રતિસ્પર્ધી ભાજપના વિરેન્દ્રસિંહ હતા. ફુલનને ૨,૯૭,૯૯૮ મત મળ્યા હતા, તો વિરેન્દ્રસિંહને ૨,૬૦,૯૫૨ મત મળ્યા હતા.

દસ્યુરાણી ફુલનદેવી હવે લોકસભાની સંસદસભ્ય બની ગઈ. જેની પાછળ પોલીસ આદું ખાઈને પડી હતી તે ફુલનદેવીને હવે પોલીસ સલામ કરતી હતી. એક સમયે જે પ્રજા એના નામથી ધ્રૂજતી હતી, પણ હવે એ જ પ્રજાના પ્રતિનિધિ તરીકે ફુલનદેવી લોકસભામાં બિરાજમાન થઈ ગઈ હતી.

ભારતીય લોકશાહી માટે જ નહીં, પણ ફુલન જેમને આંખમાં કણાની જેમ ખટકતી હતી એ સૌ માટે આ કુઠારાઘાત હતો.

*

એક સમયની મૉસ્ટ વૉન્ટેડ ક્રિમિનલ ફુલનદેવી હવે વી.આઈ.પી. બની ગઈ હતી. દસ્યુરાણીમાંથી સંસદસભ્ય. લોકશાહી પરંપરામાં બંધારણે આપેલા હકની રૂએ એ ચૂંટાઈને લોકસભામાં પહોંચી ગઈ હતી. પોતાનો વિજય કોઈ ફ્લુક કે અકસ્માત નહોતો એ પુરવાર કરવાનો પડકાર ફુલનદેવીએ ૧૯૯૮ની ચૂંટણીમાં ઝીલવાનો હતો. ફરી એ સમાજવાદી પાર્ટી તરફથી ચૂંટણીજંગમાં ઊતરી. એ જ બેઠક મિર્ઝાપુર અને હરીફ ફરી ભાજપના વિરેન્દ્રસિંહ, પરંતુ આ વખતે પરિણામ કંઈક અલગ જ આવ્યું. વીરેન્દ્રસિંહ ૩,૪૬,૬૩૫ મત મેળવીને જીતી ગયા, તો ફુલનદેવીને મળ્યાં ૨,૯૩,૮૫૮ મત. ભાજપે સમાજવાદી પાર્ટી પાસેથી પોતાની બેઠક મેળવી લીધી.

ઘણાએ ભવિષ્ય ભાખી નાખ્યું કે ફુલનદેવીની રાજકીય કારકિર્દી પર હવે તો પૂર્ણવિરામ મુકાઈ ગયું જ સમજો, પરંતુ એમ હારે તો ફુલનદેવી શાની?

સમાજવાદી પાર્ટીને પણ ફુલનદેવીની ક્ષમતામાં પૂરો વિશ્વાસ હતો. એને ફરીથી ચૂંટણી ટિકિટ મળી. ૧૯૯૯માં ફુલન અને ભાજપના વીરેન્દ્રસિંહ વચ્ચે મુકાબલો હતો, પરંતુ કાંશીરામની બહુજન સમાજ પાર્ટી એક મહત્ત્વના પરિબળ તરીકે ઊપસી આવી હતી અને કૉંગ્રેસ પક્ષ પોતાની દાયકાઓની જૂની રમતો સાથે મેદાનમાં હતો. આ ચૂંટણીમાં ફુલનદેવીને ભીંસમાં લેવા માટે બેહમઈની હત્યાકાંડની વિધવાઓને પ્રચાર માટે લવાઈ હતી. ક્ષત્રિય સ્વાભિમાન આંદોલન

સમન્વય સમિતિએ તો દેશભરમાં ફુલનદેવીનો વિરોધ કર્યો હતો, પરંતુ મતગણતરી શરૂ થયા બાદ દૂધનું દૂધ અને પાણીનું પાણી સ્પષ્ટપણે લોકો સમક્ષ આવી ગયું. ૫૮ ટકા મતદાન થયું અને સૌથી વધુ મત મળ્યા ફુલનને : ૨,૯૦,૮૪૯. વીરેન્દ્રસિંહ ફરી બીજા આવ્યા : ૨,૦૬,૩૭૩. બહુજન સમાજ પાર્ટી ત્રીજા અને કૉંગ્રેસ છેક ચોથા ક્રમે આવી હતી. ૮૪,૪૭૬ મતથી ફુલનદેવીનો વિજય થયો હવે ધીરે-ધીરે પીઢ રાજકારણીની જેમ એનો પ્રભાવ વધી રહ્યો હતો.

ચંબલની ખીણમાંથી છુટકારો, હરીફ ડાકુઓનો ડર નહીં, પકડવા દોડતી પોલીસ હવે સલામ કરતી હતી, દિલ્હીમાં સંસદસભ્ય તરીકેનો બંગલો અને અનેક ભથ્થાં, સંસદમાં બોલવાનો હક અને બધાને જવાબ આપી શકવાની-સવાલ પૂછી શકવાની છૂટ. પ્રેમ કરતો પતિ. ફુલનદેવીનું જીવન હવે એકદમ વ્યવસ્થિત અને સ્થિર થઈ રહ્યું હતું.

૧૯૯૯ની ચૂંટણી જીત્યા બાદ એક ઇન્ટરવ્યૂમાં ફુલનદેવીએ પોતાના રાજકીય ધ્યેય સ્પષ્ટ કરતાં કહ્યું હતું : ‘અત્યાર સુધી માત્ર ધનવાનો અને વિશેષાધિકાર પ્રાપ્ત લોકો જે માણતા હતા એ બધું ગરીબોને મળવું જોઈએ. દાખલા તરીકે પીવાનું પાણી, વીજળી, શિક્ષણ અને હૉસ્પિટલ. સરકારી નોકરીઓમાં મહિલાઓ માટે અનામત બેઠક હોય એવું પણ હું ઇચ્છું છું. મહિલાઓને શિક્ષણ મળવું જોઈએ અને નાની ઉંમરે લગ્ન કરવાની તેમને ફરજ પાડવી ન જોઈએ. સૌથી મહત્ત્વની બાબત છે સમાનતા.’

અલબત્ત, પૂર્વજીવનની જેમ ફુલનદેવીની સંસદસભ્ય તરીકેની કામગીરી પણ વિવાદ-મુક્ત નહોતી જ. ઘણા આક્ષેપ કરતા હતા કે સંસદસભ્ય તરીકે ફુલનદેવી એકદમ પ્રભાવહીન છે. એક વખત તેણે ઉત્તર પ્રદેશમાં બળજબરીથી ટ્રેનને રોકાવી હતી, કારણ કે તે પોતાના સાથીઓને મળવા માગતી હતી. તત્કાલીન રેલવે પ્રધાન રામવિલાસ પાસવાને આ મામલે આંખ આડા કાન કરીને સામાન્ય તપાસનો આદેશ આપી આખા મામલાનું ફીંડલું વાળી નાખ્યું હતું.

એક વાર ફુલનદેવી પોતે જે જેલમાં રહી હતી એ ગ્વાલિયરની જેલની મુલાકાતે પહોંચી ગઈ. મુલાકાતના સમય અંગેના નિયમોને લીધે ફુલનદેવીને જેલમાં પ્રવેશ મળ્યો નહીં. આથી ફુલનદેવીએ જેલ અધિકારીને ભાંડ્યો હતો. પાછળથી આ અધિકારીને કોઈ પણ જાતનો ખુલાસો કરવાની તક આપ્યા વગર સસ્પેન્ડ કરી દેવાયો હતો.

૧૯૯૮માં તો ફુલનદેવીએ વિચિત્ર દાવો કર્યો હતો કે અમુક બ્રિટિશ સંસદસભ્યોએ શાંતિ માટેના નોબેલ પારિતોષિક માટે મારા નામની ભલામણ કરી છે.

ફુલનનું જીવન ખૂબ નાટ્યાત્મક રહ્યું હતું. ૧૨ વર્ષે બળાત્કાર, ૧૫મા વર્ષે

સામૂહિક બળાત્કાર, પછી ડાકુ બનવું, બેહમઈ હત્યાકાંડ, શરણાગતિ, જેલમાંથી છુટકારો, લોકસભામાં ચૂંટાવું, હારવું અને ફરી જીતવું. આટલા બધા આશ્ચર્યજનક બનાવો એક જ વ્યક્તિના જીવનમાં? પણ આ ક્યાં અંત હતો? ના, ના.

ફુલનની રાજકીય કટિબદ્ધતાથી ઘણાંને આશ્ચર્ય થયું હતું. લોકસભામાં મુલાયમસિંહ યાદવ પર વિરોધીઓ શાબ્દિક હુમલો કરતા ત્યારે ફુલન દર વખતે પોતાના ગૉડફાધરના બચાવમાં કૂદી પડતી હતી. એ બૂમાબૂમ કરીને યાદવના ટીકાખોરોને શાંત પાડવાના કે બોલતા બંધ કરવાના પ્રયત્નો કરતી હતી.

ફુલનદેવીની સાંસદ તરીકેની છેલ્લી મુદત વખતે મુલાયમસિંહ પર રાજકીય ભીંસ વધી રહી હતી. એ વખતે દિલ્હીમાં અટલ બિહારી વાજપેયી વડાપ્રધાન હતા, ત્યારે ઉત્તર પ્રદેશના મુખ્ય પ્રધાન રાજનાથસિંહ એમ.બી.સી. (મોસ્ટ બેકવર્ડ ક્લાસ)ની થિયરી લાવ્યા હતા. આને લીધે મુલાયમસિંહ યાદવની પછાત અને દલિતોની મતબૅન્ક મુશ્કેલીમાં મુકાઈ ગઈ હતી. ઉત્તર પ્રદેશ વિધાનસભાની ચૂંટણીમાં સમાજવાદી પાર્ટી માટે મુશ્કેલી ઊભી થવાની હતી. આવા કટોકટીના સમયે ફુલનદેવી જ મુલાયમસિંહ યાદવ અને સમાજવાદી પાર્ટીને ખૂબ કામમાં આવી ગઈ, એ પણ એવી રીતે કે જેની કોઈએ ક્યારેય કલ્પના ન કરી હોય! આને લીધે ખૂબ હોબાળો મચી ગયો અને સમાજવાદી પાર્ટીને ભાજપ સામે લડવા માટે એક ખૂબ મજબૂત હથિયાર ફુલનદેવીએ પૂરું પાડ્યું હતું. કયું હતું એ હથિયાર અને શું કર્યું હતું ફુલનદેવીએ?

*

ફુલનદેવીને મુલાયમસિંહ યાદવની સમાજવાદી પાર્ટીએ સાથ-ટેકો અને ચૂંટણી ટિકિટ આપી. આ બદલ ફુલનદેવી કાયમ મુલાયમસિંહની ઋણી રહી. લોકસભામાં સમાજવાદી પાર્ટીના નેતા પર શાબ્દિક પ્રહાર થતા, ત્યારે માજી દસ્યુરાણી ધમાલ મચાવી દેતી હતી, પરંતુ ઉત્તર પ્રદેશના તત્કાલીન મુખ્ય પ્રધાન રાજનાથસિંહે મૉસ્ટ બૅકવર્ડ ક્લાસનું રાજકીય પત્તુ ઊતાર્યું ત્યારે 'નેતાજી' યાદવસાહેબ બેકફૂટ પર આવી ગયા હતા. આ કપરી રાજકીય સ્થિતિમાં ફુલને નેતાજી પર મોટો ઉપકાર કર્યો હતો. કેવી રીતે?

*

તેરમી લોકસભાના સંસદસભ્ય ફુલનદેવી ૨૦૦૧ની ૨૫મી જુલાઈએ પોતાના નવી દિલ્હીસ્થિત સરકારી નિવાસસ્થાન ભણી કારમાં જઈ રહ્યાં હતાં. ફુલનદેવી

કારમાંથી ઊતરે એ સાથે જ બંદૂકોની ધણધણાટીથી માહોલ ગાજી ઊઠ્યો. ફુલન ગંભીર ઈજા સાથે ઘટનાસ્થળે ઢળી પડી. એના સિક્યોરિટી ગાર્ડે ત્યાં જ અંતિમ શ્વાસ લીધા. ધોળે દિવસે પાટનગર દિલ્હીમાં સંસદસભ્યની હત્યા કરીને ખૂની (કે ખૂનીઓ) માત્ર જીવતા બચી જ ન ગયા, પણ ભાગી સુધ્ધાં ગયા.

ફુલનદેવીની હત્યા સાથે હાહાકાર મચી ગયો. લોકસભાના સવારના સત્રમાં હાજર સંસદસભ્ય પર લંચબ્રેકમાં હુમલો થવાથી દેશભરમાં સનસનાટી મચી ગઈ. ફુલનદેવી પરના આક્રમણથી સરકાર પર પસ્તાળ પડી કે વડાંપ્રધાન ઇન્દિરા ગાંધીની એમના ઘરમાં જ હત્યા થવા છતાં દિલ્હી પોલીસની સલામતી વ્યવસ્થા આટલી બધી કંગાળ શા માટે? એમાંય ઓબીસીમાં આવતી ફુલનની હત્યાને કારણે પછાતવર્ગ પર અને ખાસ તો મહિલાઓ સામે વધુ ક્રૂરતા અને અત્યાચાર અંગે કેન્દ્ર સરકારને ઝૂડી નાખવા માટે મુલાયમસિંહ યાદવને જોરદાર દારૂગોળો મળી ગયો.

પોલીસ તપાસમાં શંકા વ્યક્ત થઈ કે ફુલનના પતિ ઉમેદસિંહનો હત્યામાં હાથ હોઈ શકે છે. ભારે મતભેદોને કારણે ફુલનદેવીએ પોતાની વસિયતમાંથી પતિનું નામ કાઢી નાખ્યું હોવાથી બંને વચ્ચે ખૂબ ખટરાગ ઊભા થયાનું બહાર આવ્યું હતું.

ફુલન પીડિત મહિલામાંથી લડાકુ અને એમાંથી શહીદ રાજકારણી બની ગઈ. મુલાયમસિંહ યાદવ માટે ફુલનદેવીની ધોળે દિવસે થયેલી કરપીણ હત્યા અને ત્રણ બુરખાધારી ખૂનીઓનું બચી જવું સંકટ સમયનાં શસ્ત્રો બની ગયાં.

ધીરે-ધીરે વિગતો બહાર આવવા માંડી કે લીલાં પાંદડાં લહેરાવતાં વૃક્ષોથી શોભતા ફુલનના નિવાસસ્થાનની બહાર ગમે તેની નજર પડે એ રીતે લીલા રંગની મારુતિ ગાડી (નંબર પ્લેટ IM 907) પાર્ક કરાયેલી હતી, જેમાં ત્રણ બંદૂકધારીઓ પોતાના શિકારના આગમનની પ્રતીક્ષા કરી રહ્યા હતા. ફુલનદેવી પોતાની કારમાંથી ઊતરીને બંગલોના દરવાજા સુધી પહોંચે ત્યાં જ લીલી મારુતિમાંથી પહેલી ગોળી છોડાઈ, એના પછી તરત બીજી, ત્રીજી, ચોથી અને પાંચમી ગોળી છોડાઈ. ત્રણ ગોળીએ એના શરીરને વીંધી નાખ્યું, તો બે ગોળી સીધી માથામાં વાગી. આનાથી એક વાત સ્પષ્ટ થઈ કે હત્યારાઓ કાબેલ નિશાનબાજ હતા અને ફુલન જીવતી બચી ન જાય એવું પરફેક્ટ પ્લાનિંગ કરીને આવ્યા હતા. ગોળીઓથી વીંધાયેલી ફુલન જમીન પર ફસડાઈ પડી એ સાથે જ અંગરક્ષક ધસી આવ્યો અને વળતો ગોળીબાર શરૂ કરી દીધો, પરંતુ સેકન્ડોની અંદર ગોળી વાગવાથી એ પણ ઢળી પડ્યો, કાયમ માટે.

પોતાનું મિશન સાંગોપાંગ પાર પડી ગયાના વિશ્વાસ સાથે ત્રણેય ભેદી હત્યારા

પોતાની મારુતિ લઈને ભાગી છૂટ્યા. આગળ જઈને દિલ્હીના ભરચક વિસ્તાર કોનોટ પ્લેસમાં આ મારુતિ ગાડી છોડી દીધી. ત્યાંથી ત્રણેય ખૂનીઓએ કોઈ માની ન શકે તેવો વિકલ્પ અપનાવ્યો. ત્રણેય કાળી-પીળી ઑટોરિક્ષામાં બેસીને પલાયન થઈ ગયા.

જુલાઈની બપોરે ચોમાસુ વાદળ દિલ્હીમાં જામી રહ્યાં હતાં. ત્યારે લોહીના ખાબોચિયામાં ફુલનદેવી ધીરે-ધીરે આખરી શ્વાસ લઈ રહી હતી. હૉસ્પિટલમાં પહોંચવા અગાઉ જ શ્વાસ સાથ છોડી ગયા.

એકદમ બિનપરંપરાગત, આંચકાદાયક અને ક્રૂર જીવન જીવતી ફુલનદેવીને એવું જ મોત મળ્યું. ક્યારેક પોતાની જાતને લોહીતરસી દુર્ગામાતા સાથે સરખાવનારી ફુલનનો અંત પણ લોહીના સ્નાન સાથે જ આવ્યો, પણ આ વખતે લોહી એનું પોતાનું હતું. જોકે બધાએ કબૂલવું જ પડે કે ૩૮ વર્ષના આયુષ્યમાં ફુલનદેવીએ અકલ્પ્ય એવા સારા-માઠા અનુભવ મેળવી લીધા હતા. આ સાથે જ બે સવાલે માથું ઊંચક્યું : રાજકારણી તરીકેના સન્માનનીય વર્તમાને જીવ લીધો? કે પછી ક્રૂર અને વેર-તરસી દસ્યુરાણીનો ભૂતકાળ જીવલેણ બની ગયો?

ફુલનના કુટુંબીજનો, મિત્રો, સંબંધીઓ, ચાહકો અને પક્ષના કાર્યકર્તાઓ હૉસ્પિટલ બહાર ઊભરાતા હતા, ત્યારે પોલીસ રાતભર શકમંદોની યાદી બનાવવામાં ગળાડૂબ હતી. આ યાદી નાનીસૂની નહોતી.

બીજી તરફ ફુલનના મોત પર રાજકીય ભાખરી શેકવાનું ઝડપભેર શરૂ થઈ ગયું. સમાજવાદી પાર્ટીએ ફુલનદેવીની હત્યા બદલ ઉત્તર પ્રદેશના રાજકારણનો વાંક કાઢ્યો. આમેય રાજ્ય વિધાનસભાની ચૂંટણીમાં રાજનાથસિંહની સરકારને ભીડવવા માટે મુલાયમસિંહની પાર્ટીને કોઈક સબળ મુદ્દાની જરૂર હતી, જે ફુલનદેવીએ મરીને પૂરો પાડ્યો હતો.

એક ચર્ચા એવી પણ શરૂ થઈ ચૂકી હતી કે અપરાધમય અતીત કરતાં પણ ફુલનના ખાત્મા પાછળ અન્ય એક કારણ જવાબદાર હતું. પછાત જાતિની અને મહિલા હોવા છતાં વેર વાળીને, હત્યા કરીને સંસદસભ્ય બનીને પ્રાચીન પ્રથાને સફળતાપૂર્વક ફેંકેલા પડકારને કેટલાક વર્ગે સ્વીકાર્યો નહોતો. આથી ફુલન ઘણાને આંખમાં કણાની જેમ ખૂંચતી હતી અને તેઓ યોગ્ય તકની રાહ જોઈ રહ્યા હતા.

માત્ર પાંચ ફૂટ ઊંચી ફુલને ઘણાંના જીવન અને જીવ હચમચાવી નાખ્યા હતા. પોલીસને હત્યા માટે વપરાયેલી કાર મળી ચૂકી હતી, એમાંથી હત્યારાઓના ફિંગરપ્રિન્ટસ મળી આવ્યા હતા. એકાદ હત્યારાને અંગરક્ષકની ગોળી વાગ્યાની શક્યતા વચ્ચે દિલ્હીની બધી હૉસ્પિટલને સાવધ કરી દેવાઈ હતી. ક્યાંય કોઈ લોહીના ડાઘાવાળા કપડાં પહેરેલો માણસ શંકાસ્પદ હાલતમાં ફરતો મળે તો

પોલીસને તાત્કાલિક જાણ કરવાની સૂચના આપી દેવાઈ હતી.

હૉસ્પિટલની અંદર ફુલનદેવીનો નિશ્ચેત દેહ, બહાર સમર્થકોના ગોકીરા અને પોલીસની દોડધામ વચ્ચે ફુલનના બંગલો પરની નેઈમપ્લેટ પર એવું વંચાતું હતું : સાંસદ ફુલનદેવી. આ નેઈમપ્લેટની સામે સુકાઈ ગયેલા ફુલનના લોહી પર વરસાદ પડી રહ્યો હતો. પાણી સાથે લોહીના વહેવા સાથે જીવતીજાગતી ફુલન હવે ઇતિહાસના અંશ બની જવા ભણી અગ્રસેર હતી, છતાં ફુલનદેવીનું મોત હજી કેટલાક સવાલોના જવાબ પૂછતું હતું : હત્યા કરી કોણે? અને શા માટે?

*

૨૦૦૧ની ૨૫મી જુલાઈએ તેરમી લોકસભાના સભ્ય અને સમાજવાદી પાર્ટીનાં સંસદસભ્ય ફુલનદેવીની રાજધાની દિલ્હીસ્થિત સત્તાવાર નિવાસસ્થાન બહાર ધોળા દિવસે બેરહમીથી હત્યા કરી નખાઈ. એટલું જ નહીં, ત્રણ બુરખાધારી ખૂનીઓ ભાગી છૂટવામાં પણ સફળ થયા. ખૂનના કાવતરાને પાર પાડવામાં વપરાયેલી લીલા રંગની મારુતિ કાર પોલીસને મળી આવી. ત્યાર બાદની તપાસમાં પોલીસ શક્યતાઓના અનંત બોગદામાં ગોળગોળ ફરતી રહી. આમ ને આમ બે દિવસ ચાલતું રહ્યું હતું.

૨૦૦૧ની ૨૭મી જુલાઈએ પોલીસને અંધારા બોગદામાં આશાનું પહેલું કિરણ દેખાયું. એ શુક્રવારના દિવસે પોલીસ તાણમુક્ત થઈ. દહેરાદૂન પોલીસ સમક્ષ શેરસિંહ રાણા ઉર્ફે પંકજ પુંદિર નામના શખસે શરણાગતિ સ્વીકારી. તેણે કબૂલાત કરી લીધી કે મેં અને મારા સાથીઓએ ફુલનની હત્યા કરી હતી.

આ શેરસિંહને રાજકીય કારકિર્દી બનાવવામાં ખૂબ દિલચસ્પી હતી. ત્રણેક વર્ષ અગાઉ દહેરાદૂનમાં સ્ટુડન્ટ યુનિયનની ચૂંટણી લડીને તેણે પોતાની મહત્ત્વાકાંક્ષાના અણગાર આપી દીધા હતા. આ માણસ નાનીસૂની માયા નહોતી. તેણે હરીફોને રંજાડવા માટે પોતાના જ અપહરણની ખોટી પોલીસ ફરિયાદ સુધ્ધાં કરી હતી. આવા તોફાની વ્યક્તિત્વ માટે રાજકારણમાં આગળ વધવાનું મુશ્કેલ ન બને. જોતજોતામાં શેરસિંહ રાણા ઉત્તરાંચલ એકલવ્ય સેનાનો હોદ્દેદાર બની ગયો હતો. એના એક સમારંભમાં ખુદ ફુલનદેવી હાજર રહી હતી. આ શેરસિંહ રાણા હરદ્વારમાંના તેજપુર-ભગવાનપુર વિસ્તારમાં દારૂ વેચવાની પરમિટ ધરાવતો હતો. પોલીસ તપાસમાં બહાર આવ્યા મુજબ આ પરમિટ તેના ભાગીદાર પંકજ કાલરાના નામે મેળવાઈ હતી. આ સિવાય શેરસિંહભાઈ ખેતીની જમીન અને ડેરીના માલિક. એની માલિકીના એક મકાનમાં રાષ્ટ્રીયકૃત બૅન્કની શાખા ચાલતી

હતી. આ બધું ઓછું હોય એમ ગુનાહિત પ્રવૃત્તિઓમાં નામ ખરડાયેલું હતું અને એકાદ ખૂનના મામલામાં પણ નામ સંડોવાયેલું હોવાનું બહાર આવ્યું હતું. એના પરિવારમાં બે નાના ભાઈ વિક્રમ અને રાજુ.

શેરસિંહ રાણા ઉર્ફે પંકજ સાથે આરોપી તરીકે બે નામ બહાર આવ્યાં હતાં. હકીકતમાં તો રાણાએ પોતે દાવો કર્યો હતો કે મેં જ ફુલનદેવીને મારી નાખી હતી. ૧૯૮૧માં બેહમઈ હત્યાકાંડમાં મારી નખાયેલા સવર્ણોના મોતનો બદલો લેવા માટે ફુલનદેવી પર ગોળીઓ છોડ્યાનું તેણે કબૂલી લીધું હતું. ૧૯૭૬ની ૭૧મી મેના રોજ ઉત્તરાખંડના રૂડકીમાં જન્મેલો શેરસિંહ ખરેખર ખૂની હતો કે પછી હત્યાના કાવતરાને દબાવવાનું એક મહોરું હતો? આ સવાલ લાંબો સમય ચર્ચાતો રહ્યો હતો.

આ સનસનાટીભરી હત્યા બાદ ઘણી રસપ્રદ માહિતી બહાર આવી હતી. સ્વાભાવિકપણે પોલીસની કાર્યક્ષમતા પર અણિયાળા સવાલો ઊભા કરાયા હતા. કહેવાય છે કે હત્યા કર્યા બાદ આરોપીઓએ ફગાવી દીધેલી રિવૉલ્વર એક રાજકીય પક્ષના કાર્યકર્તાએ ઉપાડી લીધી હતી અને ક્યાંક સંતાડી દીધી હતી. બીજી વાત એ ચર્ચાતી રહી કે ફુલનના ઘરમાં રહેનારા ત્રણ જણને આ રિવૉલ્વરની જાણકારી હતી. પછી પોલીસે આ રિવૉલ્વર ફોરેન્સિક ટેસ્ટ માટે મોકલી હતી.

હત્યાનાં વર્ષો બાદ શેરસિંહ રાણા ઍન્ડ કંપની પર ખટલો ચાલે અને અદાલતનો ચુકાદો આવે એ અગાઉ ઘણી નાટ્યાત્મક ઘટનાઓ બનતી રહી. ૨૦૧૨માં શેરસિંહ રાણા ઉત્તર પ્રદેશ વિધાનસભા ચૂંટણીમાં અપક્ષ તરીકે ચૂંટણી પણ લડ્યો હતો. આમાં એ માત્ર હાર્યો જ નહીં, છેક પાંચમા નંબરે આવ્યો હતો.

૨૦૦૪ની ૧૭મી ફેબ્રુઆરીએ શેરસિંહ રાણાએ જે કર્યું એનાથી ફરીથી સમગ્ર સલામતી વ્યવસ્થા અને ખાસ તો દિલ્હી પોલીસની આબરૂના ધજાગરા નીકળી ગયા. દિલ્હીની મશહૂર (કે બદનામ) તિહાર જેલમાંથી શેરસિંહ રાણા ભાગી છૂટ્યો! એકદમ હાઈપ્રોફાઇલ કેસનો આવો નામચીન આરોપી પાટનગરની તિહાડ જેલમાંથી નાસી છૂટે એ કેવી રીતે બની શકે? પણ ભારતમાં બન્યું હતું ખરું, પરંતુ લગભગ બે વર્ષના લાંબા સમય બાદ શેરસિંહ રાણા પકડાઈ ગયો. કોલકાતાના એક ગેસ્ટહાઉસમાંથી શેરસિંહની ધરપકડ થઈ હતી.

શેરસિંહ રાણા કેવી રીતે ભાગ્યો એ તો ક્યારેય બહાર ન આવ્યું, પરંતુ તે ભાગીને ક્યાં ગયો અને શા માટે ગયો એ બહાર આવ્યું ખરું. શેરસિંહ રાણા તિહાડ જેલમાંથી ભાગીને અફઘાનિસ્તાન પહોંચી ગયો હતો. રાણાએ કરેલા દાવા મુજબ પોતે અફઘાનિસ્તાનના ગજની વિસ્તારમાં રખાયેલા પૃથ્વીરાજ

ચૌહાણના અસ્થિઓ લેવા ગયો હતો. ત્યાં પૃથ્વીરાજના અસ્થિનું અપમાન થતું હોવાનું જાણીને એનું લોહી ઊકળી ઊઠ્યું હતું. આથી યેનકેન પ્રકારેણ જેલમાંથી ભાગી છૂટવાની જોગવાઈ કરી હતી.

તિહાડમાંથી ભાગી છૂટીને સૌથી પહેલા રાંચી પહોંચીને શેરસિંહ રાણાએ બનાવટી પાસપોર્ટ બનાવડાવ્યો હતો. ત્યાર બાદ તે વાયા નેપાળ, બાંગ્લાદેશ અને દુબઈ થઈને અફઘાનિસ્તાન પહોંચ્યો હતો. ૨૦૦૫માં પોતે પૃથ્વીરાજ ચૌહાણના અસ્થિ લઈને ભારત પાછો આવ્યો હતો. આ સમગ્ર ઘટનાક્રમનો તેણે વીડિયો સુધ્ધાં બનાવ્યો હતો કે જેથી કોઈ તેના દાવાને નકારી ન શકે. ત્યાર બાદ રાણાએ પોતાની માતાની મદદથી ગાઝિયાબાદના પિલખુઆમાં પૃથ્વીરાજ ચૌહાણનું મંદિર બનાવડાવ્યું હતું, જેમાં અસ્થિ રખાયાં હતાં.

હકીકતમાં તો કોલકાતામાં પણ શેરસિંહ રાણા ન પકડાયો હોત. એ ત્યાંથી પણ ભાગી છૂટવાની તજવીજમાં હતો, પરંતુ વરસાદને લીધે પોલીસના હાથમાં સપડાઈ ગયો હતો.

કોલકાતાના ધરમતલા વિસ્તારમાં શેરસિંહ રાણા ઘણી વાર નજરે પડ્યાની ખબરીઓની માહિતીને પગલે થઈને દિલ્હી પોલીસની ખાસ ટુકડીએ કમર કસી લીધી હતી. તેમની નજર રાણા પર હતી. અગાઉ આ ટુકડી ત્રણેક વાર રાણા સુધી પહોંચી ગઈ, પણ એ હાથ ન લાગ્યો. કોઈક કારણસર પોલીસના પહોંચ્યાની મિનિટો અગાઉ એ પોતાના સંતાવાના સ્થળેથી રવાના થઈ જતો હતો.

પરંતુ ૨૦૦૧ના જુલાઈ મહિનાના છેલ્લા સોમવારની સાંજે ભારે વરસાદને લીધે રાણા સમયસર પોતાની હોટેલ બ્લૂ મૂન સુધી પહોંચી શકે એમ નહોતો, પરંતુ પોલીસવાળાની નજરથી બચવું જરૂરી હતું. આને લીધે તે થોડી વાર સુધી પબ્લિક બૂથમાં સંતાઈ ગયો. જો એ સમયસર હોટેલ પહોંચી ગયો હોત તો ચોક્કસ પોલીસના પહોંચવા અગાઉ રફુચક્કર થઈ શક્યો હોત, પરંતુ વરસાદના વિઘ્નની વચ્ચે પોલીસ સમયસર એની હોટેલ સુધી પહોંચી ગઈ અને શિકાર ત્યાં પહોંચ્યો ન હોવાનું જાણીને આસપાસ શોધખોળ શરૂ કરી અને રાણા ઝડપાઈ ગયો.

જો કોલકાતામાં રાણા ન પકડાયો હોત તો એ ક્યારેય હાથ ન લાગ્યો હોત એવી શક્યતા ખુદ પોલીસે વ્યક્ત કરી હતી. હકીકતમાં તો શેરસિંહ રાણા બાંગ્લાદેશ ભાગી જવાની તાકમાં હતો. એણે વધુ છ મહિનાના વિઝા મળી ચૂક્યા હતા. પકડાયા બાદ રાણાએ પોલીસ પૂછપરછમાં વટાણા વેરી નાખ્યા કે તિહાડ જેલમાંથી આરોપીને કોર્ટમાં હાજર કરાતી વખતે સલામતી વ્યવસ્થાને ખૂબ હળવાશથી લેવાતી હોવાથી પોતે ભાગી છૂટવાનું કાવતરું પાર પાડી શક્યો હતો.

હકીકતમાં તો ફુલનદેવીની હત્યાના મુખ્ય આરોપી શેરસિંહ રાણાને હીરો બનાવી દેવા માટે વ્યવસ્થિત કવાયત હાથ ધરાયાનું લાગ્યા વગર ન રહે. ખેર, હજી અદાલતમાં રાણા સહિતના આરોપીઓ અંગેનો ચુકાદો આવવાનો બાકી હતો.

*

જો દિલ્હી પોલીસ ટીમની સ્પેશિયલ ટીમને કોલકાતામાં નસીબે ચોથીવાર હાથતાળી આપી હોત તો શેરસિંહ રાણા નામનું પંખી ફરી એકવાર દેશ છોડી ગયું હોત, આ વખતે કદાચ કાયમ માટે.

દિલ્હીની તિહાર જેલથી રાંચી પહોંચ્યા બાદ બાંગ્લાદેશ પહોંચી ગયેલા શેરસિંહની ઇચ્છા પોતાના મિત્રો અને સંબંધીઓનો સંપર્ક સાધવાનો હતો. જો લૅન્ડલાઇન કે મોબાઇલનો ઉપયોગ કરે તો પોતાના સંતાવાના સ્થળની પોલીસને જાણ થઈ જાય એટલો ચાલાક તો એ હતો જ. તેણે સેટેલાઇટ ફોન ખરીદી લીધો કે જેથી પોલીસ એને લૉકેટ ન કરી શકે. પોલીસે એની પાસેથી મેળવેલી માહિતી મુજબ શેરસિંહ રાણા દિલ્હીમાં મોરાદાબાદ, રાંચી, કોલકાતા, બાંગ્લાદેશ અને દુબઈ થઈને અફઘાનિસ્તાન ગયો હતો. આ સંતાકૂકડી દરમિયાન દર મહિને તેને રૂા. ૧૫ હજારથી ૨૦ હજાર મળતા રહેતા હતા. આ મદદ તેનો સાથી અને ઉત્તર પ્રદેશ સ્થિત અપરાધી સુભાષ ઠાકુર કરતો હતો અને એ પણ જેલની અંદર બેઠાં બેઠાં!

શેરસિંહ રાણા કેટલો ચાલાક અને ખંધો હતો એની વધુ માહિતી બહાર આવી રહી હતી.

ફુલનદેવીની હત્યા થઈ એ નાગપંચમીનો દિવસ હતો. આથી ફુલનના ઘરે દૂધની ખીર બની હતી. હત્યાના કલાકો અગાઉ શેરશિંહ બનાવટી ઓળખ સાથે સંસદ સભ્ય ફુલનદેવીને મળવા ગયો હતો. શેખર બનીને આવેલા શેરસિંહ સાથે એકલવ્ય સેનાની ઉત્તરાખંડ એકમની કાર્યકર્તા ઉમા કશ્યપ પણ હતી. બંને વહેલી સવારે ફુલનદેવીના ઘરે પહોંચ્યા હતાં. શેખર એટલે શેરસિંહે ફુલનદેવીને માહિતી આપી કે તમે દલિતો અને પીડિતોના ઉત્થાન માટે અમે એકલવ્ય મંચની સ્થાપના કરી છે. તેમાં હું જોડાવા માગું છું. ફુલનદેવીએ પ્રસાદ તરીકે શેરસિંહ રાણા અને ઉમા કશ્યપને ખીરનો પ્રસાદ આપ્યો હતો. એ દિવસે શેરસિંહ રાણા વિઝિટર્સ લોબીમાં બેઠો હતો ત્યારે કોઈને એના ઝેરીલા ઇરાદાનો અણસાર નહોતો.

ફુલનદેવી સાથે સાત વર્ષ અગાઉ લગ્ન કરનારા ઉમેદસિંહના જણાવ્યા મુજબ તો પોતાના હત્યાના કાવતરાને અંજામ આપવા માટે શેરસિંહ અગાઉ

પણ ફુલનના ઘરની જાણકારી મેળવવા માટે આવી ચૂક્યો હતો. શેરસિંહ રાણાએ ભલે ૧૯૮૧ના બેહમઈ હત્યાકાંડનું વેર વાળવા માટે ખૂન કર્યાની કબૂલાત કરી પણ ઉમેદસિંહના મત મુજબ તો આ હત્યા કોઈ રાજકીય કાવતરાનો ભાગ હતી. ફુલન એક મહિલા હતી અને દલિત હતી. તે શોષિત વર્ગને એક કરવામાં પ્રયત્નશીલ હતી. નીચલા વર્ગની મહિલા આટલું બધું કરી શકે એ સ્વાભાવિકપણે ઘણાને ગમતું નહોતું, એમ ઉમેદસિંહ માનતા હતા. આ ઉમેદસિંહ ૨૦૦૯ના કૉંગ્રેસના અને પછી બહુજન સમાજ પાર્ટીના ઉમેદવાર તરીકે લોકસભાની ચૂંટણી લડ્યા હતા પણ ફાવ્યા નહોતા.

ફુલનદેવીના સેન્સેશનલ મર્ડરના તેર વર્ષ સુધી આ ખટલો ચાલતો રહ્યો. પોલીસે દાખલ કરેલા આરોપનામામાં શેરસિંહ રાણા મુખ્ય આરોપી અને સહ-આરોપી તરીકે વિક્કી, શેખર, રાજબીર, ઉમા કશ્યપ, ઉમાના પતિ વિજય કશ્યપના નામ હતા. પોલીસના દાવા મુજબ ફુલન ગાડીમાંથી ઊતરતાં જ રાણાએ તેના માથામાં, તો વિક્કીએ તેના પેટમાં ગોળીઓ ધરબી દીધી હતી. પોલીસના માનવા મુજબ આ ગોળીઓ છોડ્યા બાદ ફુલન ઢળી પડી, ત્યાર બાદ રાણાએ તેના પર અંધાધૂંધ ગોળીઓ છોડી હતી. આના જવાબમાં ફુલનના બોડીગાર્ડે ગોળીઓ છોડતાં, હુમલાખોરોએ તેના પર વળતો ગોળીબાર કર્યો હતો. ઘટનાસ્થળેથી નાસભાગ વખતે આરોપીઓમાંથી એકની દેશી પિસ્તોલ ઘટનાસ્થળે પડી ગઈ હતી. ઘટનાની તપાસ દરમિયાન પોલીસને એક રિવૉલ્વર, સિમકાર્ડ અને આરોપીઓએ પહેરેલાં વસ્ત્રો મળી આવ્યાં હતાં. વધુ રસપ્રદ અને ચોંકાવનારી બાબત એ હતી કે ફુલનની હત્યાનું કાવતરું એક વર્ષથી ચાલતું હતું. આને પાર પાડવા માટેની આર્થિક વ્યવસ્થા કરવા માટે શેરસિંહ રાણાએ બૅન્ક લૂંટી હતી અને ધાડ સુધ્ધાં પાડી હતી.

...અને ફુલનની હત્યાના તેર વર્ષ બાદ દિલ્હીની અદાલતે પોતાનો ચુકાદો સંભળાવ્યો : શેરસિંહ રાણા દોષિત. સજા જન્મટીપ. એની સામે ઇન્ડિયન પિનલ કોડની કલમ ૩૦૨ (હત્યા), ૩૦૭ (હત્યાનો પ્રયાસ) અને ૩૪ (કૉમન ઇન્ટેન્શન) લગાડાઈ હતી. ૨૦૧૪ની ૧૪મી ઑગસ્ટે આ સજા સંભળાવાઈ હતી. જો કે શેરસિંહ રાણા સાથેના સહ-આરોપી ધનપ્રકાશ ઉર્ફે વિક્કી, શેખર, રાજબીર, રાજિન્દર, અમિત રાઠી, પ્રવીણ મિત્તલ, કેશવ ચૌહાણ, સુરિન્દર સિંહ ઉર્ફે સુટી અને રાણાના ભાઈ વિજયને બેકસુર ઠેરવીને છોડી મૂક્યા હતા. આ ઉપરાંત રાણાની દારૂની દુકાનમાં કામ કરનારા અને આ ખૂનમાં હથિયાર પૂરાં પાડવાના આરોપી મુસ્તીકમને પણ નિર્દોષ છોડી દેવાયો હતો. વધુ એક આરોપી પ્રદીપનું તિહાર જેલમાં જ અવસાન થઈ ચૂક્યું હતું.

જો કે પોતાને કસૂરવાર ઠેરવવા કે જન્મટીપની સજા અંગે એક શબ્દ સુધ્ધાં ન ઉચ્ચારનારા શેરસિંહ રાણાએ ચુકાદો સંભળાવનારા જજને પૂછ્યું : 'મને એકલાને (સજા) શા માટે? સાહેબ, તમે મને એકને જ કેમ ગુનેગાર માનો છો? શું હું એકલો હત્યા કરી શકું?'

શેરસિંહ રાણાના આ છેલ્લા શબ્દો હશે? શેખર કપૂરે 'બેન્ડીટ ક્વીન' બનાવી તો હવે શેરસિંહ રાણાના જીવન પર બાયોપિક 'શેરસિંહ રાણા' બનવાની છે જેમાં હીરો વિદ્યુત જામવાલ હશે. આ અગાઉ પણ રાણા પર 'ધ ઍન્ડ ઑફ બેન્ડીટ ક્વીન' નામની ફિલ્મ બનાવવાનું જાહેર થયું હતું જેમાં નવાઝુદ્દીન સિદ્દીકીને લેવાની ચર્ચા હતા.

૨૦૧૨માં જાન્યુઆરીમાં ટ્રાયલ કોર્ટે શેરસિંહને ઉત્તર પ્રદેશ વિધાનસભાની તિહાડ બેઠક પરથી ઉમેદવારી નોંધાવવાની મંજૂરી આપી હતી. દિલ્હી હાઈકોર્ટે રાણાને જામીન આપતા ૨૦૧૬ની ૨૪મી ઑક્ટોબરે તેનો છુટકારો થયો હતો. ૨૦૧૮ના ફેબ્રુઆરીમાં શેરસિંહ રાણાએ મધ્ય પ્રદેશના નેતાની દીકરી પ્રતિમાસિંહ સાથે લગ્ન કર્યાં હતાં. ૨૦૧૯માં રાણે રાષ્ટ્રવાદી જનલોક પાર્ટી નામના રાજકીય પક્ષની સ્થાપના કરી હતી.

અલબત્ત, દસ્યુરાણીમાંથી સંસદ સભ્ય બનેલાં ફુલનદેવીનું મહત્ત્વ કાયમ ભારતીય સમાજકારણ અને રાજકારણમાં અનોખું રહેશે એમાં બેમત નથી. જરા વિચારો કે ફુલનદેવી જેવું વ્યક્તિત્વ બીજું કોઈ જોયું છે ખરું?

* * *

www.ingramcontent.com/pod-product-compliance
Ingram Content Group UK Ltd.
Pitfield, Milton Keynes, MK11 3LW, UK
UKHW041315190726
13845UKWH00025B/273

9 789395 339933